ĐẠI DỊCH CORONAVIRUS TRONG THẾ KỶ XXI

Thích Nữ Giới Hương

Tủ Sách Bảo Anh Lạc 103

ĐẠI DỊCH CORONAVIRUS TRONG THẾ KỶ XXI

Thích Nữ Giới Hương

Nhà xuất bản Hồng Đức

Huong Sen Buddhist Temple

19865 Seaton Avenue, Perris, CA 92570, USA

Tel: 951-657-7272, Cell: 951-616- 8620

Email: huongsentemple@gmail.com,

thichnugioihuong@yahoo.com

https://www.facebook.com/Huong.Sen.Riverside/

Web: www.huongsentemple.com

MỤC LỤC

LỜI ĐẦU

Đại Dịch Covid-19 (Coronavirus) do bị nhiễm SARS-CoV-2 virus đã xuất hiện khoảng hơn hai năm trên toàn cầu (2019-2022). Xuất phát từ ngày 17 tháng 11 năm 2019 tại Vũ Hán, Trung Quốc, diễn biến phức tạp, truyền lan dai dẳng trên khắp thế giới, đến khoảng giữa tháng 4 năm 2021 thì tạm kiểm soát được, với sự hỗ trợ của các loại vaccine như Moderna, Pfizer/ BioNtech...

Theo Tổ chức Y tế Thế giới (WHO),[1] trong một tuyên bố báo chí Tổng giám đốc WHO Tedros Adhanom

---

1. WHO ước tính có đã có 15 triệu người trên thế giới đã chết vì COVID-19. (M.Q. Theo Nature)
World Health Organization (WHO) https://www.who.int
The United Nations agency working to promote health, keep the world safe and serve the vulnerable.
Cơ quan Y Tế của Liên Hợp Quốc hoạt động nhằm tăng cường sức khỏe, giữ cho thế giới an toàn và phục vụ những người dễ bị tổn thương.
https://bvbnd.vn/who-uoc-tinh-co-da-co-15-trieu-nguoi-tren-the-gioi-da-chet-vi-covid-19/
https://www.nature.com/articles/d41586-022-01245-6

Ghebreyesus cho biết rằng theo số liệu mới nhất, khoảng 15 triệu người đã chết trong hai năm đầu tiên của đại dịch COVID-19. Trong khi theo cổng thông tin của worldometers (ngày 28 tháng 4 năm 2023)[2], số tử vong trên toàn thế giới là 6,860,779 (7 triệu) và ca nhiễm là 704,753,890 (700 triệu).

Dù 7 triệu hay 15 triệu thì con số tổn thất thật khủng khiếp, thật đáng sợ, đến nỗi trên truyền thông có đầy thông tin:

"Thời buổi này, cô đơn, cô hồn không đáng sợ bằng cô-rô-na."

Đúng vậy! Khủng hoảng toàn cầu, thế giới rối loạn và sợ hãi bởi vì bóng ma bí ẩn virus xuất hiện bất cứ lúc nào và khắp nơi, từ trong hang cùng ngõ hẻm, đến các phố thị xa hoa diễm lệ. Con người đang ở thế đu dây giữa hai đầu sống chết mong manh. Rất nhiều thách thức trong cơn khủng hoảng toàn cầu lớn nhất của thế hệ chúng ta và vào thời điểm khó khăn đó, mọi người dân đều phải theo sự hướng dẫn của chánh phủ, bác sĩ và chuyên gia y tế để giữ môi trường trong sạch, thanh tịnh, cách ly, giữ khoảng cách an toàn xã hội (social distancing), tập trung không quá nhiều người, đeo khẩu trang, bao tay và đồ bảo hộ, phải rửa tay thường xuyên với xà-phòng.

Do cách ly, cấm túc tại chỗ, nên những người con Phật, vâng lời chỉ dạy của các bậc thầy tâm linh, dùng thời gian này trầm tư quán chiếu lại cuộc đời vô thường, mạng sống mỏng manh, sống chậm tỉnh giác, lạy Phật, tụng kinh, tọa thiền, trì chú, sám hối, ăn chay và góp lời cầu nguyện cho Hoa Kỳ, Việt Nam và thế giới tai ách ôn dịch chóng qua đi.

---

2. Coronavirus Tracker. Report coronavirus cases.
https://www.worldometers.info/coronavirus/country/us/

Trong thời gian đại dịch hai năm (2019-2021) này, soạn giả (Thích Nữ Giới Hương) cùng nhiều chư Ni Hương Sen đã kết nối chia sẻ Phật pháp trên phương tiện truyền thông điện tử như thay phiên tụng kinh online và giảng pháp livestream mỗi ngày trên Fanpage (Facebook): "Huong Sen." Với mục đích chia sẻ những lời dạy của Đức Phật, lấy đó làm kim chỉ nam để các Phật tử đồng hương gần xa hãy bình tĩnh, yên tâm, vững chãi tu tập, cũng như cùng đồng hành với toàn dân, toàn nước, sáng suốt, tích cực, đối phó với đại dịch.

Những tựa đề phong phú nhiều lãnh vực như Lịch sử Bệnh Dịch Thế Giới, Phòng bệnh Coronavirus (Covid-19), Hướng Dẫn của Giới Chuyên Môn Y Tế, Tiêu Chuẩn Vàng Cách Ly, Các Dự tri của các nhà Tiên Tri về Đại dịch, Tôn giáo Kết Nối Hỗ Tương Cộng Đồng, Tam bảo Điểm Tựa Tâm Linh, Tu tập Mùa Đại Dịch, Vai Trò Phật Giáo trong Việc Chữa Lành, Phật dạy Cách Trợ niệm người Hấp Hối, Những Phút Cuối Đời Của Bệnh Nhân Covid-19, Cách Tưởng niệm Người Tử Vong, Cám ơn Các Tấm lòng Hy sinh vì Đại dịch, Cám ơn Thiện-tri-thức Cô Vy (Covid-19), Giá trị của Phật Giáo với Đại Dịch… là nội dung các bài giảng Livestream Fanpage "Phật Pháp Ứng Dụng" hàng ngày của chùa Hương Sen trong mùa đại dịch Coronavirus.

Rồi thời gian trôi qua với nhiều Phật sự đa đoan, mãi đến đầu năm 2025, soạn giả mới có thời gian ngồi biên tập, sưu tầm góp nhặt lại, để cuối cùng thành hai cuốn sách với tựa đề:

1. COVID-19: Vai Trò Phật Giáo Trong Việc Chữa Lành

2. Đại Dịch Coronavirus trong Thế Kỷ XXI

Với hy vọng, sách sẽ giới thiệu cho bạn đọc những lời dạy (Pháp: Dharma) của Đức Phật thiết thực, đơn giản, sâu sắc, phù hợp và ứng dụng, chữa lành bệnh thân tâm, khi chúng ta đối diện với cuộc sống vô thường bão tố của đại dịch, tai ương, sóng thần, động đất, thiên tai... Covid-19 như một thiện tri thức của toàn nhân loại, như hồi chuông cảnh tỉnh con người trên thế giới phải biết quý giá, trân trọng những giây phút đang sống, để rồi làm những điều tốt đẹp mang lại ích lợi cho mình, người và cộng đồng thế giới.

Sách cũng ghi lại những sự kiện về đại dịch Covid-19 (Coronavirus) đã xảy ra trên hành tinh này vào năm 2019-2022 (thế kỷ 21), với những hình ảnh và bài học hy sinh quý giá từ tình người, sự thức tỉnh về quan niệm sống, sự dũng cảm vượt thử thách, sự thăng tiến về tu tập tâm linh, sự tương thân, tương ái để cùng nhau phòng bệnh và chống dịch...

Kính chân thành cảm ơn các trang mạng thông tin điện tử toàn cầu, tài liệu tham khảo, sách báo, bài viết, hình ảnh Covid-19 của các tác giả có tên hay ẩn danh trong tác phẩm này.

Cũng kính tri ân Ni sư Như Phương, Sư cô Nhuận Tường, Sư cô Nhuận Ân, cô Pamela Kirby, Nguyên Hà, Vũ Đình Trọng, và tất cả các bàn tay khác đã giúp chỉnh sửa, thiết kế, biên tập, in ấn, xuất bản cho tác phẩm này được hiện hữu, thành tựu và phổ biến.

Các tài liệu thông tin đa phần là sưu tầm online và sẽ gặp nhiều thiếu sót khi trích dẫn, kính xin chư tôn thiền đức Tăng Ni, các thiện tri thức, bạn đọc và các tác giả hoan hỉ chỉ giáo để lần tái bản sau sẽ được hoàn thiện hơn.

Kính nguyện thế giới hòa bình, nhân dân an lạc.

Kính nguyện chiến tranh, tật bệnh, tai ương sớm biến mất trên hành tinh này.

Nam mô Đông Phương Giáo Chủ Tiêu Tai Diên Thọ,
Dược Sư Phật tác đại chứng minh.

Thư phòng Chùa Hương Sen,
Mùa xuân Cali 2025
Kính bút,
Soạn giả: Thích Nữ Giới Hương

CHƯƠNG 1
LỊCH SỬ Bệnh DỊCH THẾ GIỚI

Mạng sống con người bấp bênh, mỏng manh, chợt còn chợt mất, do ảnh hưởng bởi nạn thiên tai (động đất, sóng thần, gió cuốn tornado, lửa cháy), nạn ôn dịch (cúm, sởi, dịch tả, đậu mùa, ung thư, Coronavirus), nạn xe cộ, máy bay, nạn chiến tranh, cướp bóc, nạn nghề nghiệp (sanh nghề tử nghiệp)… nên cõi ta bà này chỉ là cõi tạm thời, mỏng manh, không thường còn, và không chắc chắn.

Cuối năm 2020, dịch bệnh viêm đường hô hấp cấp Covid-19 bắt đầu đến với Trung Quốc, rồi nhanh chóng tràn lan đến Hoa Kỳ, Việt Nam và khắp nơi trên thế giới. Nhân loại luôn bị ám ảnh ghê sợ khi chứng kiến hàng triệu những bệnh nhân từ Đông sang Tây, từ Nam đến Bắc, từ khắp Châu Á, Châu Âu, Châu Phi, Châu Úc và Châu Mỹ… đã tử vong vì nhiễm SARS-CoV-2 virus.

Thảm họa đại dịch Coronavirus (COVID-19) là đề tài

nóng nhất, tình trạng khẩn cấp nhất, hiện nay trên thế giới, bởi lẽ nó đã lây lan khắp toàn cầu, tất cả mọi quốc gia và vùng lãnh thổ trên thế giới đều đã có người nhiễm bệnh này. Từ những nước giàu mạnh nhất thế giới là Mỹ, Trung Quốc, Đức, Pháp, Anh, Brazil cho tới quốc đảo nhỏ bé như Vatican, Monaco, Nauru, Tuvalu…

Hãy cùng nhau điểm sơ về lịch sử các bệnh dịch ở Việt Nam và trên thế giới cũng như các thống kê số người nhiễm và tử vong trong nạn ôn dịch, đặc biệt Coronavirus của thế kỷ 21 này.

I. LỊCH SỬ BỆNH DỊCH THẾ GIỚI TRƯỚC CÔNG NGUYÊN – THẾ KỶ XXI

Nhìn vào lịch sử, có nhiều trận dịch tai họa[3] làm giảm dân số đáng kể như:

1. **Dịch đậu mùa Antonine:** Vào năm 165 trước Tây lịch đã giết chết 5 triệu người vùng Tiểu Á Hy Lạp, Ai Cập.
2. **Đại dịch hạch Justinian** (541-542): Bắt nguồn từ Ai Cập có những con chuột mang bọ chét nhiễm bệnh. Dịch đã giết chết 25 triệu người, một nửa số dân châu Âu thời bấy giờ.
3. **Dịch hạch đen Black Death** (1346 - 1353): Đã giết chết trong khoảng 75 - 200 triệu người của cả ba châu Âu, Á, Phi. Ước tính nạn dịch này đã giết chết 30% - 60% dân số của châu Âu (tương đương

3. Hoàng Hà và Kiều Anh, Những đại dịch khủng khiếp nhất lịch sử nhân loại. https://hnmvn.vn/khoa-hoc-doi-song/nhung-dai-dich-khung-khiep-nhat-lich-su-nhan-loai

25 - 50 triệu người) và giảm dân số toàn cầu từ khoảng 450 triệu người xuống còn 350 - 375 triệu người vào năm 1400.[4]

4. **Đại dịch hạch London**: Bùng phát vào năm 1665, khiến 100.000 người London thiệt mạng chỉ trong vòng bảy tháng.

5. **Bệnh đậu mùa:** Lan rộng ở khắp châu Âu, châu Á, và các nước Arab trong hàng thập kỷ, trở thành nỗi ám ảnh trong lịch sử nhân loại. Cứ 10 người mắc bệnh đậu mùa thì có 3 người chết, trong khi những người may mắn còn sống thì trên người dày đặc những vết sẹo.

Nhà sử học Morkatis cho biết: "Chưa có sự tàn phá dân số nào trong lịch sử nhân loại khủng khiếp như những gì từng xảy ra ở châu Mỹ khi 90 - 95% người dân bản xứ bị xóa sổ trong vòng một thế kỷ."

"Dân số Mexico đã giảm từ 11 triệu người trước dịch bệnh xuống còn 1 triệu người."

6. **Dịch tả**: Khoảng giữa thế kỷ 19, một ổ dịch xuất

4. Cái Chết Đen
https://vi.wikipedia.org/wiki/C%C3%A1i_Ch%E1%BA%BFt_%C4%90en
Tác giả Dan Brown trong Thi ca Thần khúc «Hoả Ngục» rất nổi tiếng mô tả về Cái Chết Đen:
«Tay cô giữ chặt một mảnh vải tainia màu lam, đang được cô giơ cao lên để tỏ lòng tôn kính với cả biển xác chết dưới chân mình. Mùi tử khí nồng nặc khắp nơi...... Khi Langdon ngước mắt nhìn lại người phụ nữ che mạng, thì những xác người dưới chân cô đã nhân lên vô khối. Giờ có đến cả trăm, có khi hàng nghìn, một số vẫn còn sống, đang quằn quại trong đau đớn, chịu đựng những cái chết không dễ gì nghĩ ra được… (trích Hỏa Ngục)
Sách đã in chín triệu bản, phát hành tại 13 nước trên thế giới. Nó cũng được dựng thành phim năm 2015 quay tại Venice, Ý, diễn viên chính là Tom Hanks.

phát quanh một máy bơm nước ở Broad Street, nơi mà người dân hay tới uống nước và trong thời gian 10 ngày đã có 500 ca tử vong.

7. **Đại dịch cúm Tây Ban Nha:** Năm 1918 là một đại dịch cúm chết người bùng phát trong giai đoạn cuối của Chiến tranh thế giới thứ nhất. Ước tính là khoảng 50 triệu người. Tuy nhiên, cũng có ước tính khác lên đến 100 triệu, tương đương với 1/20 dân số thế giới lúc bấy giờ.

   Ở thời điểm đó, người ta không biết nguồn gốc của chủng cúm ở đâu. Nguyên nhân được đặt tên là đại dịch cúm Tây Ban Nha là vì thời điểm 1918 thời kỳ Chiến tranh thế giới thứ nhất đang bùng nổ. Các quốc gia như Hoa Kỳ, Anh, Pháp... ngăn cấm báo chí đăng những nội dung gây ảnh hưởng đến cuộc chiến, nên đặt tên Cúm Tây Ban Nha cho dễ nhớ.

8. **Đại dịch cúm A/H1N1:** Phát hiện lần đầu vào tháng 4-2009 tại Mỹ và nhanh chóng lây lan khắp thế giới. Mỹ đã ghi nhận gần 61 nghìn ca nhiễm và gần 12.500 ca tử vong do cúm H1N1, trong khi thế giới có đến 575.400 người tử vong vì đại dịch này.

9. **HIV/AIDS:** Đã có 75 triệu người nhiễm HIV và khoảng 36 triệu người đã tử vong vì virus gây chết người này.

10. **Dịch Coronavirus Covid 2019**: Đầu tiên là Trung Quốc và truyền dần đến Hàn Quốc, Nhật Bản, Ý, Đức, Anh, Pháp, Iran, Mỹ, Pháp, Tây Ban Nha cùng nhiều nước khác nối tiếp. Dịch đã lan nhanh đến độ khủng khiếp, tỏa ra toàn thế giới, gây tình trạng lây nhiễm và tử vong cho gần 200 quốc gia. Theo cổng thông tin của Worldometers (ngày 28

tháng 4 năm 2023)[5], số tử vong trên toàn thế giới là 6.860.779 tuy nhiên WHO ước tính có đã có 15 triệu người trên thế giới đã chết vì COVID-19.[6]

II. LỊCH SỬ BỆNH DỊCH TẠI VIỆT NAM THẾ KỶ XIII-XIX

Có những trận đại dịch khủng khiếp như thổ tả, sốt rét, đậu mùa và thương hàn cũng đã lây truyền qua đất nước Việt Nam[7] khiến cả trăm triệu người tử vong và để lại rất nhiều hậu quả đau thương. Ôi trần gian là bể khổ!

1. Bệnh đậu mùa và nạn đói khát khiến nhiều người chết gối chồng lên nhau và ngả xuống như rạ vào đời Thiệu Long năm thứ 6 năm 1263.

2. Trời không mưa, nhân dân nhiều người mắc dịch bệnh và chết đói đến 8,9 phần vào năm 1670, Cảnh Trị năm thứ 8, Nhà vua đích thân làm lễ cầu đảo tạ trời đất.

3. Gia Long thứ 13, năm 1814, dịch bệnh khiến gây thiệt hại có tới 206.835 ca tử vong. Để khắc phục hậu quả, triều đình Huế đã xuất công quỹ 730.000 quan tiền để phát chẩn, mai táng. Dân số Việt Nam

5. Coronavirus Tracker. Report coronavirus cases.
https://www.worldometers.info/coronavirus/country/us/

6. WHO ước tính có đã có 15 triệu người trên thế giới đã chết vì COVID-19. (M.Q. Theo Nature)
https://bvbnd.vn/who-uoc-tinh-co-da-co-15-trieu-nguoi-tren-the-gioi-da-chet-vi-covid-19/
https://www.nature.com/articles/d41586-022-01245-6

7. Nguyễn Thu Hoài. Những đại dịch bệnh trong lịch sử Việt Nam.
https://www.archives.org.vn/gioi-thieu-tai-lieu-nghiep-vu/nhung-dai-dich-benh-trong-lich-su-viet-nam.htm

vào lúc đó có khoảng 10 triệu, tính ra tổng số thiệt hại nhân mạng là 2% (có nguồn sử liệu nói là 4%).

4. Bệnh dịch chết 206.835 người vào triều Nguyễn, năm 1820, Minh Mệnh năm thứ nhất.
5. Bệnh dịch lớn xảy ra khiến quân và dân chết đến hơn 29.000 người vào năm 1826, Minh Mệnh thứ 7.
6. Bệnh đậu mùa xảy ra vào đời Minh Mệnh thứ 21 năm 1840 khiến hàng loạt các tỉnh bùng dịch mạnh, tử vong hơn 16.000 người.
7. Khí độc lan tràn chỉ trong vòng một tháng đã gây ra cái chết cho hàng trăm người ở mỗi địa phương vào năm 1846, Thiệu Trị thứ 6.
8. Dịch đậu mùa ảnh hưởng toàn quốc với số tử vong cao nhất 589.460 người trong các ghi chép của triều Nguyễn.
9. Dịch sởi và đậu mùa bùng lên tại Thừa Thiên và Kinh đô Huế năm 1877 [Tự Đức thứ 30]. Số người chết tại mỗi địa phương cũng đến hàng trăm người.
10. Dịch đậu mùa đã làm chết 13.934 người vào năm 1888 Đồng Khánh thứ 2. Viện Cơ mật đã bàn với Khâm sứ Pháp cử bác sĩ đến chủng đậu cho người dân, nên dịch được dập tắt kịp thời.

III. CÁC DIỄN BIẾN CHÍNH CỦA ĐẠI DỊCH THẾ KỶ XX-XXI

Khi các virus cúm xuất hiện và truyền sự lây nhiễm từ người này sang người khác, ảnh hưởng sự sống và đưa đến sự chết của số đông người thì gọi là đại dịch xảy ra. Dưới đây là dòng thời gian lịch sử của bệnh cúm đồng thời cũng là các mốc thời gian lịch sử của các sự kiện y khoa và y tế công cộng trong việc phòng chống cúm.[8]

1. Cúm mùa những năm 1930

Cúm là một bệnh có tính truyền nhiễm rất cao. Thuật từ "cúm" (flu) có nguồn gốc từ một dịch bệnh ở Ý vào thế kỷ 15. Đại dịch đầu tiên hay đại dịch trên toàn thế giới rõ ràng rất giống với mô tả cúm vào năm 1580. Ít nhất có bốn đại dịch cúm xảy ra vào thế kỷ 19, và ba đại dịch xảy ra vào thế kỷ 20. Đại dịch cúm Tây Ban Nha vào năm 1918-1919 đã gây ra khoảng 21 triệu ca tử vong trên toàn thế giới. Đại dịch đầu tiên của thế kỷ 21 xảy ra vào năm 2009-2010.

2. Cúm mùa những năm 1940

Năm 1940 virus cúm B đã được phát hiện.

Năm 1942 một loại vắc xin hai thành phần có khả năng bảo vệ chống lại virus cúm A và cúm B được sản xuất sau khi phát hiện ra virus cúm B.

3. Cúm mùa những năm 1950

Năm 1957, một loại virus cúm H2N2 mới xuất hiện gây ra bùng phát dịch bệnh với khoảng 1.1 triệu người chết trên toàn cầu, ở Hoa Kỳ là khoảng 116,000 người.

4. Cúm mùa những năm 1960

Năm 1961, một ổ dịch ở Nam Phi với việc các loài chim hoang dã trở thành ổ chứa virus cúm A.

Năm 1968, một loại virus cúm H3N2 mới xuất hiện đã gây ra một đại dịch khác dẫn đến khoảng 100,000 người

8. Các diễn biến chính của đại dịch cúm từ lịch sử đến hiện tại. Nguồn tham khảo: .cdc.gov. https://www.vinmec.com/vi/tin-tuc/thong-tin-suc-khoe/suc-khoe-tong-quat/cac-dien-bien-chinh-cua-dai-dich-cum-tu-lich-su-den-hien-tai/

tử vong ở Hoa Kỳ và một triệu người trên toàn thế giới.

5. Cúm mùa những năm 1990

Năm 1993, chương trình vắc xin cho trẻ em (VFC) được thành lập do sự bùng phát của bệnh sởi.

Năm 1996, một loại virus cúm H5N1 ở cúm gia cầm được phân lập lần đầu tiên từ ngỗng nuôi ở Trung Quốc.

6. Cúm mùa những năm 2000

Ngày 17 tháng 4 năm 2009, một loại virus H1N1 mới được phát hiện ở Hoa Kỳ. Ngày 5 tháng 10 năm 2009, liều vắc xin cho đại dịch cúm đầu tiên đã được phát triển.

Đại dịch cúm 2009 bùng phát đầu tiên ở Hoa Kỳ

7. Cúm mùa những năm 2010

Năm 2014, FDA chấp thuận peramivir (Rapivab) để điều trị cúm ở người lớn. Đây là thuốc cảm cúm IV đầu tiên.

Năm 2017, CDC cập nhật hướng dẫn sử dụng các biện pháp phi dược phẩm để giúp ngăn ngừa dịch cúm lan truyền dựa trên bằng chứng khoa học mới nhất như tự cách ly ở nhà khi bị bệnh, che miệng khi ho hoặc hắt hơi và thường xuyên rửa tay với xà phòng.

8. Cúm mùa những năm 2020

Coronacovis Covid 2019 là một bệnh đường hô hấp cấp tính, truyền nhiễm gây ra bởi chủng Coronavirus SARS-CoV-2 và các biến thể của nó. Vào tháng 11 năm 2019, ổ dịch bắt nguồn từ khu chợ chuyên bán hải sản và động vật ở Vũ Hán, tỉnh Hồ Bắc, Trung Quốc, bắt đầu phát tán trên toàn thế giới.

Trong vòng 2 năm 2020-2022, đã có nhiều trường hợp nhiễm COVID-19 được ghi nhận tại gần 200 quốc gia và vùng lãnh thổ trên thế giới. Theo thông tin từ Bộ Y tế, tính đến ngày 28/4/2022, Việt Nam đã ghi nhận có 43.041 ca tử vong do mắc COVID-19. Hoa Kỳ nhiễm 111.820.082 (112 triệu) và tử vong (1.2 triệu). Theo trang Worldometers,[9] Tính đến hết 31/12/2022, thế giới có gần 700 triệu ca nhiễm và gần 7 triệu tử vong.

Theo tổ chức Y tế Thế giới (WHO),[10] Tổng giám đốc WHO Tedros Adhanom Ghebreyesus trong một họp báo, cho biết rằng theo số liệu mới nhất, khoảng 15 triệu người đã chết trong hai năm đầu tiên của đại dịch COVID-19. Đó là khoảng 2,7 lần con số được chính thức báo cáo cho cơ quan của các quốc gia. Các ước tính của WHO về tổng số ca tử vong hầu như đồng ý với các nghiên cứu trước đây. Tuy nhiên, những con số này cũng đã gây tranh cãi không ít.

Đây chỉ là con số ước tính, phỏng đoán dựa theo một số báo cáo (tuy nhiên vẫn có số nhiễm và tử vong, mà không được báo cáo), vì thế không thể nào nói chính xác cấp số nghìn, muôn, ức, triệu được. Hãy tưởng tượng hàng triệu nỗi thống khổ vô cùng của những bệnh nhân nhiễm bệnh đau đớn quằn quại, khó thở, xương thịt bị loài sinh vật bé tí trong cơ thể của chính mình tấn công. Số tổn thất lên đến cấp hàng triệu người nằm xuống. Thật khủng khiếp nạn ôn dịch đã đe dọa mạng sống con người.

Thật vậy, loài người hôm nay phải đối diện không

9. Coronavirus Tracker. Report coronavirus cases. https://www.worldometers.info/coronavirus/country/us/

10. WHO ước tính có đã có 15 triệu người trên thế giới đã chết vì COVID-19. (M.Q. Theo Nature) https://bvbnd.vn/who-uoc-tinh-co-da-co-15-trieu-nguoi-tren-the-gioi-da-chet-vi-covid-19/ https://www.nature.com/articles/d41586-022-01245-6

phải là bom nguyên tử, vũ khí hạt nhân, nạn đói nghèo, thiên tai mà chính là Coronavirus Covid 19. Trong lịch sử đã có xuất hiện nhiều loại virus nguy hiểm như Nipah, Hendra, Ebola, Marburg v.v...như virus Ebola có thể khiến 25% đến 90% người nhiễm bệnh tử vong, tỷ lệ trung bình là 50%.

Trong số này, Covid-19 mới lạ này, có tốc độ lây lan đến chóng mặt khủng khiếp và có sức đe dọa rất lớn đến sức khỏe con người cũng như những thách thức đối với xã hội hiện đại đã khiến hơn bảy triệu người nằm xuống và hơn 700 triệu người bị nhiễm. Phải nói là sự tổn thất khủng khiếp nhất trong lịch sử các dịch cúm. Thật là một màn đêm đen tối ám ảnh bao phủ nhân loại.

CHƯƠNG 2

NGUỒN GỐC & TÁC HẠI CỦA ĐẠI DỊCH COVID-19

2.1. ĐỊNH NGHĨA

Coronavirus (CoV) (phát âm: Cô-Vy) là một nhóm virus có thể gây ra nhiều chứng bệnh khác nhau, bao gồm viêm phổi và cảm lạnh thông thường.

Virus rất nhỏ bé, kích thước mỗi cá thể chỉ trong khoảng 20 nm đến 200 nm (nhỏ hơn vi khuẩn hàng ngàn lần)[11] nên gọi là siêu vi khuẩn hay siêu vi trùng. Virus là một tác nhân truyền nhiễm được tìm thấy trong tất cả các thực thể sinh học (vi khuẩn, thực vật, hoặc động vật), nên nó có đời sống ký sinh bắt buộc.

Tổ chức Y tế Thế giới (WHO)[12] cho biết tên gọi chính

11. Tổng quan về Virus https://www.msdmanuals.com/vi/professional

12. Coronavirus 2019 (Covid 19, Sars Cov 2): Nguyên Nhân & Triệu Chứng. https://vnvc.vn/virus-corona-2019/

thức của bệnh viêm đường hô hấp cấp do chủng mới của vi-rút Corona (nCoV) là COVID-19. Tên gọi mới này gọi tắt của Coronavirus disease 2019, theo các từ khóa "Corona," "virus," "disease" (dịch bệnh) và 2019 là năm mà loại virus gây đại dịch này xuất hiện.

Tháng 2 năm 2020, Ủy ban quốc tế về phân loại Virus – International Committee on Taxonomy of Viruses (ICTV) cũng chính thức đặt tên cho chủng mới của vi-rút Corona là Sars-CoV-2, nghĩa là bệnh Coronavirus (COVID-19) là do bị nhiễm SARS-CoV-2 virus. SARS-CoV-2 là một loại virus lây truyền từ người sang người qua các giọt bắn nước bọt hoặc khi vô tình tiếp xúc với các vật dụng bị nhiễm virus.

Đại dịch Coronavirus là một cơn bệnh lây nhiễm lớn và lan rộng, tác động đến nhiều quốc gia và vùng lãnh thổ trên khắp thế giới không chừa bất cứ quốc gia nào. Đáng sợ nhất là nó có thể kéo dài trong một khoảng thời gian bất tận, chưa ai dám đoán chắc ngày tàn của nó. Làm sao để Covid 19 chỉ là quá khứ và không có dấu hiệu tương lai?

2.2. XUẤT XỨ

Bùng phát vào cuối năm 2019, bắt nguồn từ Hồ Nam, Vũ Hán, miền Trung Trung Quốc, Coronavirus chủng mới (Covid-19) ban đầu được xác nhận là một loại bệnh "viêm phổi lạ" hoặc "viêm phổi không rõ nguyên nhân."

Hiện các cơ quan y tế trên thế giới đang nỗ lực để xác định nguồn gốc của Coronavirus 2019 bằng cách phân tích cây di truyền của virus này để biết nguồn gốc cụ thể.

Coronavirus mới này13 cũng giống như MERS và SARS, tất cả đều có nguồn gốc từ vật chủ là động vật khác nhau bao gồm cầy hương, lạc đà, mèo và dơi… Ở người, virus lây từ người này sang người kia thông qua tiếp xúc với dịch cơ thể của người bệnh khi ho, hắt hơi hay bắt tay. Chúng ta cũng có thể nhiễm virus này khi chạm tay vào một vật mà người bệnh chạm vào, sau đó đưa lên miệng, mũi, mắt. Do quá dễ dàng lây lan thiếu kiểm soát, nên Covid-19 có khả năng dẫn tới chết người, tiêu diệt nhân loại.

2.3. TRIỆU CHỨNG

Bệnh nhân bị nhiễm Covid-19, sẽ có những triệu chứng giống như mắc bệnh cảm cúm, bao gồm: tim đập nhanh, ho liên tục, đàm đặc nhiều, ho tắt tiếng viêm họng, nóng sốt, nhiệt độ cao, đau cơ khớp xương, đau ngực, mệt mỏi, chán ăn, tiêu chảy, táo bón, nôn ói, đầu nặng, yếu dần, hụt hơi, chóng mặt, khó ngủ, khó nuốt, khó thở, hoa mắt, choáng váng, khó thấy, khó nghe, khó ngửi mùi, khó nhớ, khó khăn mỗi khi thức dậy, dễ sanh trầm cảm, chán nản, lo âu, căng thẳng, bối rối, mất ý thức…

Việc xác định thời gian ủ bệnh Corona được coi là chìa khóa để kiểm soát sự lây lan của dịch bệnh. Bệnh nhân Covid-19 thường biểu hiện các triệu chứng rõ ràng ở ngày thứ 5 đến ngày 14 sau khi nhiễm virus Sars-CoV-2.[14]

13.https://www.vinmec.com/vi/tin-tuc/thong-tin-suc-khoe/dich-2019-ncov/thong-tin-suc-khoe/nguon-goc-va-tinh-chat-virus-corona-tu-vu-han/

14. Việc xác định thời gian ủ bệnh Corona được coi là chìa khóa để kiểm soát sự lây lan của dịch bệnh. Bệnh nhân Covid-19 thường biểu hiện các triệu chứng rõ ràng ở ngày thứ 5 sau khi nhiễm virus Sars Cov 2.
https://vnvc.vn/u-benh-lay-corona/
https://benhvien175.vn/12-dau-hieu-canh-bao-co-the-nhiem-sars-cov-2/

Khi nhiễm nặng sẽ dẫn đến viêm phổi, hội chứng suy hô hấp cấp tính, nhiễm trùng huyết, sốc nhiễm trùng và có thể gây tử vong. Tuy nhiên, một số người bị nhiễm virus lại có thể không có bất cứ triệu chứng nào hoặc chỉ có một vài triệu chứng sơ sài, cho nên tùy cơ thể mỗi bệnh nhân. Các trường hợp bị nghi là nhiễm Covid-19 chỉ được xác định thông qua các dụng cụ y tế xét nghiệm virus.

Từ thời điểm Trung Quốc còn là điểm nóng đầu tiên trên cả thế giới, hứng chịu sự càn quét của làn sóng Covid-19, các dữ liệu phân tích đã cho thấy viêm phổi cấp là biến chứng của Covid-19 nguy hiểm và phổ biến nhất ở người bệnh. [15]

Phổi là môi trường trú ngụ và phát triển yêu thích nhất của loại virus gây bệnh Covid-19. Theo chuyên gia về virus của Đại học Maryland (Mỹ), giáo sư Matthew B.Frieman cho biết, virus gây bệnh Covid-19 tấn công vào phổi qua ba giai đoạn như SARS như sau:

Những ngày đầu khi mới nhiễm bệnh, virus xâm nhập vào phổi bằng cách vượt hàng rào bảo vệ của hệ hô hấp, và hình thành ổ virus. Rất nhiều bệnh nhân mắc Covid-19 bị viêm cả hai lá phổi và đi kèm triệu chứng khó thở.

Trước sự xâm nhập ồ ạt của virus, cơ thể con người tự vệ bằng cách tăng cường tế bào miễn dịch đến phổi. Nếu các tế bào miễn dịch hoạt động hiệu quả, có thể kiểm soát được tình trạng viêm giới hạn ở bộ phận nhiễm virus sẽ mang lại rất nhiều lợi ích cho người bệnh. Tuy nhiên, trong trường hợp bệnh nhân miễn dịch quá mức, tế bào miễn dịch tấn công luôn cả tế bào lành sẽ khiến tình trạng

15. Trần Hoàng Phúc, Biến Chứng Của Covid-19: Coronavirus Có Gây Nguy Hiểm Gì Không?
https://vnvc.vn/bien-chung-covid-19/

của người bệnh càng thêm xấu đi. Trường hợp phi công người Anh – bệnh nhân nhiễm Covid-19 được điều trị tại nước ta, đã gặp phải tình trạng này.

Tổn thương ở phổi tiếp tục lan rộng, dẫn đến suy hô hấp cấp tính, và tử vong. Dù có được cứu sống, người bệnh phải chịu những tổn thương nặng nề ở phổi, không thể hồi phục.

Theo thống kê trên 113 trường hợp bệnh nhân tử vong do Covid-19 tại một bệnh viện ở Trung Quốc, toàn bộ trường hợp tử vong đều do biến chứng viêm phổi, suy hô hấp cấp tính và nhiễm trùng.

Sau khi F0 (bệnh nhân dương tính hoặc được xử lý như dương tính với Coronavirus) đã khỏi bệnh, vẫn có thể gặp hàng loạt di chứng gọi là "Hội chứng hậu Covid-19."

Đây là tình trạng xảy ra ở những người tiền sử nhiễm SARS-CoV-2 đã khỏi bệnh trong vòng ba tháng và có triệu chứng bệnh kéo dài ít nhất hai tháng mà không thể giải thích bằng chẩn đoán thay thế. Các triệu chứng phổ biến gồm: mệt mỏi, khó thở, rối loạn chức năng nhận thức, di chứng tâm thần kinh đa dạng, di chứng tim mạch, hệ hô hấp bất thường, rối loạn tâm lý và một số triệu chứng khác khiến bệnh nhân cảm thấy căng thẳng, bất ổn, dễ cáu gắt.[16]

2.4. PHÒNG BỆNH DO CORONAVIRUS 2019

Đại dịch là một cơn bệnh lây nhiễm lớn và lan rộng, tác động đến nhiều quốc gia và vùng lãnh thổ trên khắp thế giới không chừa bất cứ quốc gia nào. Đại dịch có thể gây ra nhiều tác hại và đáng sợ nhất là nó có thể kéo dài

16. Di chứng hậu covid-19 kéo dài bao lâu? Cách khắc phục ra sao? https://tamanhhospital.vn/di-chung-hau-covid-19/

trong một khoảng thời gian không hạn định, chưa ai dám đoán chắc ngày tàn của nó. Cho nên, chúng ta không nên thờ ơ, xem thường thiên tai địch họa.

Phòng bệnh vẫn luôn là tiêu chí, tiêu chuẩn vàng, hàng đầu. Nếu không phòng tốt thì khó mà tránh tốt được. Phải tự truy vấn mình, làm cho mình an và khỏe thì mới có thể nói hay giúp người thân quyến thuộc và bên ngoài an được.

Phương thức lây truyền chủ yếu của dịch Covid-19 là lây truyền từ người sang người, thường được truyền lây qua các giọt dịch hô hấp mà con người hắt hơi, ho hoặc thở ra. Vì vậy, trong mùa dịch, các cấp chánh quyền và giới y tế khuyên chúng ta để ngăn chặn sự lây lan của Covid-19, chủ động phòng bệnh từ sớm, từ xa, từ cơ sở. Mỗi người có trách nhiệm tuân thủ các chỉ thị phòng bệnh của chánh phủ và y tế. Hãy bình tâm chữa, khi dịch chưa lây lan, để bảo vệ sức khỏe cho bản thân, gia đình và cộng đồng.

2.4.1. Có 20 biện pháp tiêu chuẩn phòng ngừa đơn giản và hữu hiệu

1. Nâng cao kiến thức về xuất xứ và mức độ lan truyền nguy hiểm của dịch Coronavirus. Thực hành theo sự hướng dẫn của chánh phủ, bác sĩ và chuyên gia y tế. Chúng ta cần tiếp tay phổ biến, chia xẻ những thông tin đáng tin cậy từ chính quyền, từ bộ y tế, từ các cơ sở tôn giáo đến cho những người thân quen hay bạn bè, để cùng nhau đẩy lùi dịch bệnh.

2. Đeo khẩu trang y tế 2K (Khẩu trang-Khử khuẩn) thường xuyên, nhất là khi ra đường, đi mua sắm ở cửa hàng tạp hóa, những địa điểm công cộng khác hay khi tiếp xúc với ai. Khẩu trang y tế nên dày, vệ

sinh và được kiểm duyệt an toàn y tế.

3. Thường xuyên rửa tay, vệ sinh cá nhân để phòng, chống dịch bệnh. Rửa tay bằng xà phòng và nước sạch ít nhất khoảng 20 giây hoặc bằng dung dịch rửa tay có cồn khử trùng nhất là mỗi khi tiếp xúc thêm với các bề mặt cứng ở ngoài. Chất có cồn sát trùng và chất xà bông bọt tẩy sẽ khiến vi trùng tiêu diệt; nếu chỉ rửa với nước thì không tiêu diệt được virus.

   Đây là một phương pháp rất đơn giản và hữu hiệu trong việc sát khuẩn mà các nhà khoa học mãi đến thế kỷ 19 mới phát hiện ra và khuyến khích "cảnh sát xà phòng":

   "Tôi rửa tay bằng xà phòng vì tôi đã nghe nói về virus và vi khuẩn. Tôi hiểu rằng những sinh vật nhỏ bé này gây bệnh và tôi biết rằng xà phòng có thể loại bỏ chúng."

   Theo thông tin điện tử , dân số thế giới hiện nay là 8 tỷ 101 triệu người (8.101.984.685 của ngày 8/04/2024).[17]. Như vậy, nếu mỗi ngày có hàng tỷ người rửa tay với "xà phòng" giám sát, thì sẽ giúp ngăn chặn bệnh dịch truyền nhiễm và mang nhiều lợi ích sức khỏe cho nhân loại chúng ta.

4. Giữ khoảng cách an toàn xã hội (social distancing) nghĩa là để tránh hơi thở và bọt nước miếng của người này văng bắn vào người khác, chúng ta phải giữ một khoảng cách ít nhất 2 mét giữa mình và

17. Theo số liệu do Cục điều tra dân số Mỹ, dân số thế giới. https://daidoanket.vn/dan-so-the-gioi-cham-moc-8-ty-nguoi-vao-ngay-1-1-2024-10270367.html

những người khác.

Các thiên thần áo trắng (các y bác sĩ) khuyến nhắc rằng: "Chúng tôi đã làm hết sức mình để cứu mọi người khỏi dịch bệnh Covid-19. Xin mọi người vì chúng tôi mà ở nhà."

5. Hạn chế đến gần nhau, ôm nhau, bắt tay nhau (các nhà ngoại giao thì dùng hai cùi chỏ đụng nhau), không đến chỗ đông người, hội hợp, tiệc tùng... Mọi cuộc gặp mặt càng đơn giản, càng ít người, để tránh mình là tác nhân nhận virus cho chính mình và truyền nó cho người khác. Cho nên, trong thời gian này, có những lễ sinh nhật, tiệc cưới, ma chay, cầu nguyện… chỉ nên hiện diện vài nhân vật chính với khẩu trang và đứng cách nhau 2 mét.

6. Tự giác chấp nhận các quy định về giới nghiêm, ở nhà, cách ly… Phải ở yên trong phòng của mình, trong nhà, cách ly với xã hội bên ngoài, là hành động từ bi và đóng góp tình thương đích thực nhất vào thời điểm đại dịch này thì may ra thoát nạn, vừa cứu mình và cứu người.

7. Hạn chế đi ra ngoài, tự giác an vui ở tại chỗ. Tránh đi nước ngoài, hay ở nước khác, dễ mang virus về và lây lan. Bộ y tế, giao thông, chánh quyền theo chức năng, nhiệm vụ được giao tăng cường kiểm soát người đến và đi qua các nước, các vùng bằng đường hàng không, đường bộ, đường thủy… ngăn chặn nguy cơ xâm nhập Covid-19.

8. Tiêm chủng vắc-xin ngừa Covid-19 và cần thực hành phương pháp giúp hệ miễn dịch gia tăng sức mạnh chống virus. Tiêm vaccine là biện pháp hiệu quả để chủ động phòng, chống dịch bệnh bởi lẽ

"Vắc xin là phát minh vĩ đại của nhân loại, thực hành tiêm chủng vắc xin là phương pháp phòng bệnh an toàn, hiệu quả và tiết kiệm nhất, bảo vệ sức khoẻ và tính mạng của cộng đồng."[18] Thực hiện test Covid-19 thường xuyên để xử lý ngăn chặn triệt để.

9. Giúp hệ Miễn dịch tốt để phòng bệnh và chữa bệnh: chúng ta cần phải điều chỉnh trạng thái tinh thần khắn khích với cơ thể sẽ giúp có hệ miễn dịch tốt.[19] Nếu lười biếng, thụ động, buông xuôi, trầm cảm, chán nản, tiêu cực, sẽ dễ làm hệ miễn dịch trong cơ thể suy sụp. Chỉ qua cách xét nghiệm máu, khoa học đã chứng minh rằng nếu chúng ta cảm thấy lạc quan, tích cực, hạnh phúc, tươi vui, bình yên, an lạc, thì khả năng miễn dịch của cơ thể tăng lên đáng kể.

10. Tập thở sâu, thể dục, tăng cường hoạt động thể thao ở nhà, nâng cao thể trạng. Để ngăn lại cơn ho đang kéo dài mọi người hãy thực hiện bằng cách vươn vai đứng dậy, hít sâu thở dài cho máu huyết lưu thông, đẩy không khí nhiễm khuẩn ra ngoài. Vận động tay chân và điều hòa hơi thở giúp cho thân khỏe, tâm an. Thân mạnh khoẻ thì kháng được sự tiêm nhiễm của mọi loại virus. Thiên tai bệnh dịch khó xâm nhập vào cơ thể của mỗi người trong

---

18. Vắc xin là gì? Tác dụng phòng bệnh của vắc xin.
Mỗi năm, thế giới có hơn 1,5 triệu người tử vong do các bệnh truyền nhiễm có thể phòng ngừa bằng vắc xin (theo thống kê của Tổ chức Y tế Thế giới (WHO). https://vnvc.vn/vac-xin-la-gi/

19. Bác Sĩ Phạm Đức Thành Dũng, Đối Trị Corona: Bình Tâm Chữa Khi Chưa Bệnh. https://quangduc.com/a71755/doi-tri-corona-binh-tam-chua-khi-chua-benh

xã hội.

11. Sống hài hòa với môi trường, sống tốt với muôn loài, xem muôn loài là bạn thì tai ương, kiếp nạn của đất nước, gió, lửa sẽ khó mà diễn ra. Mở toang các cửa sổ, cửa lớn cho ánh nắng vào, vệ sinh nhà cửa phòng ốc thường xuyên, sống gần với thiên nhiên, chớ lạm dụng máy điều hòa (Covid-19 tăng trưởng ở nhiệt độ thấp, chết ở nhiệt độ cao).

12. Khi thấy bản thân của mình có những dấu hiệu như sốt, ho, khó thở, hoặc đã có dịp tiếp xúc gần gũi với các ca lây nhiễm được công bố thì phải lập tức thông báo ngay với cơ sở y tế để được kiểm tra kịp lúc, tiến hành ngay việc cách ly an toàn.

13. Nhớ vệ sinh môi trường, nơi ở để ngăn ngừa mầm bệnh phát triển. Thường xuyên khử trùng những bề mặt và vật dụng hay chạm tay vào.

14. Hãy ở nhà, trừ khi phải ra ngoài để mua những vật dụng thiết yếu hoặc vì lý do sức khỏe. Vệ sinh thân thể, tắm rửa thường xuyên nhất là vừa đi ra ngoài về. Hãy chăm sóc thật tốt cho bản thân, đặc biệt nếu bạn có bệnh mãn tính.

15. Thực hiện lối sống khoa học, dinh dưỡng đầy đủ để tăng cường sức đề kháng. Không sử dụng thực phẩm không an toàn. Uống nước nấu chín hay trái cây có hàm lượng Vitamin E hoặc sữa bổ dưỡng để duy trì kháng thể, để phòng chống dịch bệnh.

16. Duy trì liên lạc với mạng lưới hỗ trợ, gia đình, bạn bè và chùa chiền. Mạng xã hội là một công cụ kết nối tuyệt vời. Chúng ta đang sống trong thế giới của sự kết nối và thuận tiện. Mạng xã hội là một

công cụ kết nối tuyệt vời trong thời gian giãn cách, tuy cách mặt nhưng kết nối tinh thần để học đạo vẫn không ảnh hưởng. Cố gắng dành thời gian cho tu tập (thiền, tụng kinh, trì chú…) và những sở thích của chúng ta khi có thể, chẳng hạn như đọc sách, nghe nhạc, trò chuyện trên phone với người thân. Hoặc tiếp tục công việc tại nhà đang lỡ dỡ chưa hoàn thành. Tránh xem quá nhiều tin tức và sự kiện gây căng thẳng.

17. Cố gắng ngủ đủ giấc, giữ ấm cơ thể thì mới có sức khỏe để chăm sóc cho người khác.

18. Giữ tinh thần lạc quan, cười nhiều "Một nụ cười là mười thang thuốc bổ" để làm ấm và truyền năng lượng, sức mạnh vững chải cho mình và những người xung quanh.

19. Y học cổ truyền khuyên chúng ta gìn giữ "Tinh, Khí, Thần"[20] đầy đủ là một cách phòng bệnh và chữa bệnh hữu hiệu. Đây là ba tố chất cơ bản và quý báu "Tam bảo trong cơ thể con người." Lúc bình thường rèn luyện để nâng cao tinh- khí- thần phòng bệnh đã là điều quan trọng, thì khi bị bệnh việc kích thích phục hồi tinh khí thần lại càng quan trọng hơn. Nếu trong quá trình chữa trị, người bệnh thường xuyên được kích thích nâng cao tinh- khí- thần, bệnh sẽ chóng khỏi, cơ thể phục hồi nhanh.

---

20. Bác sỹ Hoàng Trọng Việt, Tam bảo trong cơ thể con người, tháng 6 năm 2018.
https://www.khicongtruongsinh.com/tinh-khi-than-tam-bao-trong-co-the-con-nguoi-phan-i
Sách Huyền tông trực chỉ ghi: "Giới dùng để dưỡng tinh, định dùng để dưỡng khí, huệ dùng để dưỡng thần."
https://hoavouu.com/a18129/20-bien-minh-ve-tinh-khi-than

20. Xông hơi cũng là một cách phòng bệnh hiệu quả của y học truyền thống dân gian Á Châu, đặc biệt là Việt nam.

2.4.2. Hai Câu Chuyện Phòng Bệnh Hiệu Quả Bằng Cách Xông Hơi

1) Cha Việt chánh xứ Thánh Andre Dũng Lạc tại Oklahoma City sau khi khỏi bệnh xin chia sẻ về triệu chứng nguy hiểm của bệnh Covid-19 và cách phòng bệnh hiệu quả bằng cách xông hơi của người Việt nam[21] như sau:

"Mấy ngày đầu tôi cảm thấy người khó chịu, sổ mũi, hắt hơi, ớn lạnh, và mệt mỏi, không sốt. Tôi uống ba vỉ Cold + Flu Tylenol nhưng bệnh không giảm.

Một tuần sau tôi cảm thấy người rất là mệt không muốn ăn uống gì cả, ngủ cả ngày, bước xuống gường đi nhà vệ sinh cũng không nổi, nhức đầu và bắt đầu ho. Hơi thở dồn dập. Mỗi lần hít sâu xuống là ho. Mỗi lần ho là không thở được. Ngực đau và nặng. Người ớn lạnh, nhưng không bị sốt.

Lúc này tôi mới liên lạc với vị bác sĩ gia đình. Ông cho tôi đi chụp hình phổi và thử Covid 19. Kết quả là tôi bị Pneumonia viêm phổi và dương tính Covid 19.

Triệu chứng lạ thường của bệnh Covid 19 này là nó làm cho người rất mệt hầu như không còn chút sức gì nữa.

---

21. Cha Việt chánh xứ Thánh Andre Dũng Lạc, Triệu Chứng Lạ Thường Nguy Hiểm Của Bệnh Coronavirus.
Facebook: Đồng Hành - Tin Yêu
https://vnexpress.net/tag/trieu-chung-covid-19-1282368
https://vnvc.vn/bien-chung-covid-19/
https://medlatec.vn/tin-tuc/bi-covid19-xong-hoi-co-tot-khong-va-huong-dan-cach-xong-dung-s194-n27999

Áp huyết tụt xuống dưới 100 có lúc xuống tới 80/50. Sợ nhất là mỗi lần ho, thường thì ho vào ban đêm và sáng khi ngồi dậy. Mỗi lần ho là không thở được, tôi cảm thấy y như đang bị bóp cổ. Thở ra cũng không được mà hít vào cũng không được. Ngửa đầu lên thì lại thở được. Nhưng nếu cứ gục đầu xuống thì ho còn dữ dội hơn và không thở được. Nên khi bị ho, không thở được là tôi ngồi ngửa đầu lên là lại thở được.

Một điều nữa, tôi học được là ngoài những thuốc tây các bác sĩ cho, người Việt Nam chúng ta có bài thuốc xông rất hay. Mỗi lần xông hơi là tôi cảm thấy rất dễ chịu và thở cũng dễ hơn. Mỗi ngày xông hai lần sáng và tối. Quan trọng là phải đập dập một củ tỏi bỏ vào nồi nước xông. Khi xông nhớ hít hơi vào trong phổi. Qua cảm nghiệm của cơn bệnh này, tôi khuyên quý vị khi cảm thấy người khó chịu, nên nấu nồi nước xông, nếu có thang thuốc xông thì tốt, nếu không có thì bỏ vào mấy nhánh xả, lá bạc hà, và một củ tỏi, xông ngay thì chắc chắn sẽ đỡ nhiều lắm. Nếu tôi làm như vậy ngay từ ngày đầu thì chắc bệnh của tôi không bị nặng như vậy."

2) Cô Bùi Thị (Texas Hoa Kỳ)[22] cũng chia sẻ về trải nghiệm xông thảo dược cây lá như sau:

"Thực chất Covid-19 cho dù có mạnh bao nhiêu thì vẫn thuộc họ hàng nhà cúm. Tôi nhớ lại ngày xưa ông bà tôi vẫn chỉ cho con cháu các cách để phòng ngừa và điều trị cảm cúm. Tôi nhớ đến những nồi nước xông thảo dược cây lá tự nhiên hồi còn ở Huế. Xông hơi là trùm kín mít từ đầu đến chân. Ra chợ Việt Nam và chợ châu Á mua đủ thứ sả, gừng, chanh, cam, bưởi, thảo dược về dự trữ.

22. Bùi Thị (Texas Hoa Kỳ), Năm 2020 - Bài Học Lớn Về Sự Vô Thường. https://giacngo.vn/bai-hoc-lon-ve-su-vo-thuong-post54775.html

Hôm đó tôi thử nấu một nồi nước xông và trùm mền ngồi xông để cho hương thơm nóng hổi lan tỏa, các giác quan của tôi được cảm nhận mùi phương Đông huyền bí. Phải rất lâu rồi tôi mới có được trạng thái đó. Tôi nhớ đến những ngày xa xưa với buổi tối xoa bóp chân cho bà ngoại với rượu gừng, buổi chiều cùng ông ngoại nấu nước các loại lá thơm để xông, những ngày lang thang đi kiếm rau sam đất về chữa bệnh đau đầu cho mẹ. Tất cả đều không dùng thuốc tây mà vẫn khỏi bệnh và khỏe mạnh. Những hồi ức đó cho tôi thêm sức mạnh rất nhiều, làm tôi thấy nhẹ nhàng hơn khi nghĩ về dịch bệnh. Tôi chọn cho mình tinh thần sẵn sàng đối diện dịch bệnh."

2.5. TÁC HẠI VÀ HẬU QUẢ CỦA CORONAVIRUS

Đại dịch là một cơn bệnh lạ lây lan trên bình diện rộng, một làn sóng bệnh độc hại tác động mạnh mẽ đến sức khỏe và đời sống của con người, gây ra những xáo trộn tác động đáng kể liên quan đến nhiều lãnh vực khác nhau từ kinh tế đến giáo dục, tâm lý, văn hóa, chính trị, du lịch, tôn giáo, văn hóa...

Theo tin tức *ABC News,*[23] Tiến sĩ Shekhar Saxena, trường Y tế Công cộng Harvard, cho biết: "Tác động của đại dịch đến sức khỏe tâm thần của người trẻ tuổi nhiều hơn các độ tuổi còn lại. Các số liệu ở Hoa Kỳ cho thấy 2/3 thanh niên có triệu chứng lo âu, trầm cảm hoặc các vấn đề tâm lý khác."

---

23. Nhật Minh, Theo ABC News, Đại dịch - gánh nặng tinh thần lớn nhất của người trẻ trở lại Đời sống. https://vnexpress.net/dai-dich-ganh-nang-tinh-than-lon-nhat-cua-nguoi-tre-4238391.html

Theo Liên Minh Quốc Gia về bệnh tâm thần, 50% số bệnh tâm thần suốt đời phát triển ở độ tuổi 14 và 75% phát triển ở tuổi 24. Ngay cả khi cuộc khủng hoảng Covid-19 kết thúc, theo Saxena, 10% những người trưởng thành này sẽ bị ảnh hưởng lâu dài do các vấn đề sức khỏe tâm thần mà họ phải đối phó.

Theo Tiến sĩ Saxena, nhiều người mất việc, một số người thu nhập thấp hơn so với trước. Người trẻ phải đối mặt nhiều sự không chắc chắn hơn người trung niên và cao tuổi. Bởi đây là thời điểm cuộc sống của họ đang thay đổi.

Khảo sát của mạng lưới Healthy Minds, cho hay, Covid-19 đã ảnh hưởng tiêu cực đến sức khỏe tâm thần 80% sinh viên đại học. Các chuyên gia lo ngại rằng nhiều người không tìm kiếm sự hỗ trợ và tư vấn cần thiết. «Sinh viên da màu và sinh viên có thu nhập thấp ít có khả năng tìm kiếm sự chăm sóc khi họ gặp các vấn đề sức khỏe tâm thần do chi phí. Đó cũng là những sinh viên ít có khả năng tiếp tục học và tốt nghiệp», Tiến sĩ Sarah Lipson, một trợ lý giáo sư tại Khoa Quản lý và Chính sách Luật Y tế tại trường Y tế Công cộng Đại học Boston, nói.

Saxena nhận định đại dịch là một cơn bão hoàn hảo làm nảy sinh "sự không chắc chắn", xuất phát từ lo lắng và mất mát, có thể dẫn đến trầm cảm. Nhiều người trẻ đã mất khá nhiều, đặc biệt là cơ hội giáo dục và nghề nghiệp.

Tổ chức Mental Health America phát hiện ra rằng từ tháng 4 đến tháng 9/2020, 70% người dân cho biết, cô đơn hoặc bị cô lập là yếu tố hàng đầu dẫn đến các vấn đề sức khỏe tâm thần của họ. Cô lập là sự tách biệt thực sự khỏi những người khác và cô đơn là cảm giác đi kèm.

Nói về cuộc khủng hoảng của các bà mẹ,[24] theo New York Times, cho biết rằng trong nhiều tháng qua, đại dịch làm phá vỡ nếp làm việc và sinh hoạt của các gia đình Mỹ, những bà mẹ này cùng nhiều phụ huynh khác đã phải căng mình vừa chăm con, vừa dạy con học lại vừa làm việc, không có chút thời gian nào để thư giãn và tái tạo sức lao động. Đến lúc này thì họ căng thẳng, trầm cảm, mệt mỏi như muốn nổ tung tất cả vì không chịu được ác mộng này.

Có thể nói tất cả các bà mẹ trên khắp đất Mỹ đều đang ở cùng cảnh ngộ đó. Họ đang rơi vào cuộc khủng hoảng về tài chính và tâm lý, do họ là người làm phần lớn công việc chăm con và việc nhà khi đại dịch xảy ra. Trong lúc này, nước Mỹ chưa có biện pháp gì cụ thể để hỗ trợ họ.

Lo ngại về khả năng gia tăng các tình trạng sức khỏe tâm thần đã khiến 90% các quốc gia được khảo sát đưa hỗ trợ sức khỏe tâm thần và tâm lý xã hội vào kế hoạch ứng phó với Covid-19 của họ, nhưng vẫn còn những khoảng trống và lo ngại lớn.

Tiến sĩ Tedros Adhanom Ghebreyesus, Tổng Giám đốc WHO, cho biết: "Thông tin chúng tôi có được về tác động của Covid-19 đối với sức khỏe tinh thần trên toàn cầu chỉ là phần nổi của tảng băng chìm. "Đây là một lời cảnh tỉnh cho tất cả các quốc gia hãy quan tâm hơn đến sức khỏe tâm thần và làm tốt hơn nữa việc hỗ trợ sức khỏe tâm thần của người dân."

Theo tin tức Đài BBC,[25] Covid-19 đã gây ra những

24. Khánh Ngọc, theo New York Times, Cuộc khủng hoảng của các bà mẹ. https://vnexpress.net/cuoc-khung-hoang-cua-cac-ba-me-4245429.html

25. Covid-19: Thế giới sau sáu tháng vật lộn chống đại dịch, ngày 1 tháng 7 năm 2020.
https://www.bbc.com/vietnamese/world-53249717

thảm họa kinh hoàng, con số người nhiễm bệnh và tử vong tăng nhanh đột ngột đến chóng mặt, đem đến sự rối loạn bất ngờ trong cuộc sống, nạn đói nghèo, hủy hoại văn hóa thế giới và kinh tế.

Hãy cùng nhau điểm lại một số cột mốc đáng chú ý trong sáu tháng (tháng 1-7 năm 2020) thế giới vật lộn với đại dịch Covid-19 như sau:

Tháng Giêng: Coronavirus tấn công dữ dội ở Trung Quốc

Ngày 11/1/2020, truyền hình Trung Quốc đưa tin có hai bệnh nhân xuất viện trong đó một người tử vong. Tình hình bệnh dịch trở nên tồi tệ ở Vũ Hán.

Tháng Hai: Các vụ lây nhiễm lan nhanh ra ngoài Trung Quốc

Ngày 2/2/2020, ca tử vong đầu tiên bên ngoài Trung Quốc được báo cáo ở Philippines.

Ngày 10/2/2020, tổng số các ca tử vong ở Trung Quốc lên tới 1.000.

Ngày 11/2/2020, WHO chính thức đặt tên cho căn bệnh mới là Covid-19. "Nếu chúng ta không hành động gấp, có thể sẽ có hậu quả nghiêm trọng," Tổng Giám đốc WHO Tedros Adhanom Ghebreyesus nói.

Ngày 27/2/2020, Ả-rập Saudi ngưng cấp chiếu khán cho khách hành hương tới Mecca.

Ngày 29/2/2020, ba hôm sau tuyên bố của ông Trump, nước Mỹ có ca tử vong đầu tiên do Covid-19.

Tháng Ba: Châu Âu trở thành tâm điểm bùng phát

Ngày 2/3/2020, tại Brussels, Chủ tịch Ủy hội Châu Úc Ursula von der Leyen nói "Mức nguy hiểm được tăng từ 'trung bình' lên 'cao.'"

Ngày 14/3, Pháp và Tây Ban Nha tuyên bố phong tỏa toàn quốc.

Coronavirus: Hơn 900 người chết một ngày ở Ý.

Ngày 16/3, Brazil báo cáo có ca tử vong đầu tiên.

Ngày 18/3, tại Brasilia, Tổng thống Brazil Jair Bolsonaro trấn an dân chúng rằng tuy đây là vấn đề nghiêm trọng, "nhưng chúng ta không thể bước vào tình trạng hoảng loạn."

Bắc Kinh tuyên bố vào ngày 18/3, lần đầu tiên Trung Quốc không có ca lây nhiễm mới nào ở trong nước.

Ngày 23/3, người đứng đầu WHO nói đại dịch vẫn tăng rất nhanh trên toàn cầu.

Ngày 25/3, Chủ tịch Ủy ban Olympics Quốc tế tuyên bố hủy kỳ Thế Vận Hội Tokyo 2020.

Tháng Tư: Tỷ lệ tử vong toàn cầu tăng nhanh

Tính đến ngày 2-6/4, Tây Ban Nha và Mỹ có 10.000 ca tử vong.

Ngày 6/4, Thủ tướng Anh Boris Johnson phải vào khu hồi sức cấp cứu do Covid-19. Thái tử Charles của Anh Quốc nhiễm virus. Tới lúc này, Anh và Pháp đã có 10.000 ca tử vong, Brazil có 1.000.

Hơn bốn triệu người nhiễm Coronavirus trên toàn thế giới.

Tính đến ngày 7-11/4/2020, hơn 100.000 người tử vong do Coronavirus.

Tháng Năm và tháng Sáu: Virus tấn công châu Mỹ Latin

Tính đến 8-9/5/2020, "Sau hơn ba tháng, thế giới có một triệu ca nhiễm bệnh đầu tiên," Tổng Giám đốc WHO Tedros Adhanom Ghebreyesus nói hôm 22/6. "Một triệu ca nhiễm mới nhất được báo cáo chỉ trong tám ngày. Ảnh hưởng của nó sẽ còn kéo dài trong hàng thập niên nữa."

Tính đến những ngày cuối cùng của tháng Sáu, tổng số nạn nhân thiệt mạng vì Covid-19 trên toàn cầu đã vượt quá cột mốc 500.000 và còn tiếp tục tăng khủng khiếp.

Cho đến ngày 26 tháng 4 năm 2023, sau hai năm trôi qua, theo thống kê của Worldometers,[26] thế giới đã ghi nhận tổng cộng 686.647.374 (700 triệu) ca nhiễm virus SARS-CoV-2 gây bệnh viêm đường hô hấp cấp Covid-19, trong đó có 6.860.779 (7 triệu) ca tử vong. Hoa Kỳ vẫn là quốc gia chịu ảnh hưởng nặng nhất bởi dịch bệnh Covid-19 với hơn 106.585.478 ca nhiễm và hơn 1.159.417 ca tử vong, tiếp đó là Ấn Độ và Brazil...

Theo Tổ chức Y tế Thế giới (WHO),[27] trong một tuyên bố báo chí Tổng giám đốc WHO Tedros Adhanom Ghebreyesus cho biết rằng theo số liệu mới nhất, khoảng 15 triệu người đã chết trong hai năm đầu tiên của đại dịch Covid-19.

Số lượng tổn thất nhân mạng của Covid-19 để lại rất lớn, tăng cao đột ngột đến hàng trăm hàng triệu và tạo thành những thảm họa đến nỗi những lò hỏa táng đốt tử

---

26. Coronavirus Tracker, Report coronavirus cases, ngày 26 tháng 4 năm 2023. https://www.worldometers.info/coronavirus/country/us/

27. WHO ước tính có đã có 15 triệu người trên thế giới đã chết vì COVID-19. (M.Q. Theo Nature)
https://bvbnd.vn/who-uoc-tinh-co-da-co-15-trieu-nguoi-tren-the-gioi-da-chet-vi-covid-19/
https://www.nature.com/articles/d41586-022-01245-6

thi phải làm việc 24/24 giờ, cũng không kịp thiêu hết hàng dài thi thể sắp lớp (get line) để lên dàn hỏa. Nhiều nơi phải dùng xe tải đông lạnh phục vụ như những nhà xác tạm thời giữ xác trong nhiều tháng trời như ở Ấn Độ, Hoa Kỳ, vv...

Sự quá tải hệ thống y tế của Hoa Kỳ, Việt Nam và nhiều nước, khiến họ phải làm các bệnh viện lều rạp dã chiến ngoài trời. Vì quá đông bệnh nhân, nên thiếu bình dưỡng khí oxy, khẩu trang, nước rửa tay sát khuẩn, và vắc-xin, nhiều bệnh viện đã lên mạng xã hội cầu xin cung cấp thêm. Thiếu bệnh viện, không đủ giường nằm, bệnh nhân buộc phải chia sẻ giường bệnh, hoặc trải ra nằm dưới đất, dọc hành lang bệnh viện.

Theo Đài CNN, ít nhất 20 bệnh nhân tại một bệnh viện ở Delhi, Ấn độ, đã tử vong hôm 23-4-2020 sau khi nguồn cung cấp oxy thêm cho họ bị trì hoãn. Thật đau lòng trước cảnh tượng này.

Bên cạnh đó, đại dịch đã đem đến sự đói nghèo, thất nghiệp tạo ra sự phá hủy văn hóa thế giới kinh tế. Nhiều ngành công thương nghiệp đã bị ảnh hưởng nặng nề, rất nhiều người đã bị mất công ăn việc làm hoặc phải trải qua sự giảm sút về vấn đề thu nhập cho bản thân, cho gia đình do nhiều công ty, cửa hàng, quán ăn, hớt tóc, làm móng chân, móng tay, nhổ răng, hàng quán bách hóa... đều bị đóng cửa.

Nhiều trường học không mở cửa, học trò không đến lớp, trẻ em học online, trở thành gánh nặng cho cha mẹ. Chùa đền, nhà thờ và các cơ sở tôn giáo đóng cửa, nên Phật tử và dân chúng tụng niệm tu tập tại nhà.

Nhiều người chưa vững lòng tin, nên khi bị cách ly xã hội, khiến cho họ cảm thấy cô đơn hoặc bất an, vì họ không thể đi đến chùa để cầu nguyện, tụng kinh, ngồi thiền, nghe pháp, làm công quả… để được tiếp xúc với Chư Tông đức Tăng Ni và Phật tử như trước đây. Có người cảm thấy trầm cảm, bất an, tuyệt vọng, tiêu cực, đưa đến những hậu quả tiêu cực, tự tử đáng tiếc.

Đại dịch Covid-19 đã nhanh chóng tác động đến các lĩnh vực kinh tế, xã hội, thị trường tài chính lao đao, nền kinh tế toàn cầu rơi vào suy thoái với tỷ lệ thất nghiệp và nghèo đói chưa từng có trong lịch sử, gây biết bao đau thương, khổ sầu cho nhân loại trên toàn thế giới.

Ngày 22/07/2020, số người chết vì Covid-19 ở Hoa Kỳ đã lên tới hơn 1000 người trong một ngày. Đây là con số kỷ lục đầu tiên kể từ 10/06/2020. Số ca tử vong vì Covid-19 đã liên tục tăng lên ở các tiểu bang khác của Mỹ. Sự gia tăng ca nhiễm đột ngột đang làm quá tải hệ thống y tế của Hoa Kỳ và nhiều nước.

Hoa Kỳ đã xác nhận về sự bùng phát đại dịch toàn cầu của bệnh Coronavirus 2019 (Covid-19) và đã được công bố vào ngày 21 tháng 1 năm 2020. Dù là một nước văn minh tiến bộ, cường quốc thế giới với nhiều ngành công nghệ tiên tiến nhất thế giới, nhưng số người tử vong vì dịch bệnh lại nhiều nhất thế giới 1.159.697 người.28 Chỉ riêng thành phố New York, ngày 14-3-2020 ghi nhận trường hợp đầu tiên chết vì Covid-19, và hơn một năm sau, trở thành trung tâm của dịch bệnh với số tử vong tăng vọt lên 77.524 người nhiều gấp 22 lần so với số người Mỹ chết trong thảm họa Tháp đôi sụp đổ ngày 11-9-2001.

Theo đài BBC News (ngày 6 tháng 3 2020)[28] cho biết chính phủ Hoa Kỳ thừa nhận đang thiếu hụt dụng cụ xét nghiệm và hiện nay, cuộc sống của nhân loại sẽ gắn liền

28. https://www.bbc.com/vietnamese/world-51764245.

với chích ngừa. Trong lịch sử con người, chưa có thời điểm nào trong vòng một năm người dân trên thế giới phải chích ngừa dịch bệnh tới ba lần. Các nhà sản xuất Vacin ngừa Covid càng tăng thêm nhiều động cơ để nghiên cứu ra những Vacin mới tiếp nối.

Tại Việt Nam, số tử vong vì covid là 43.188 người. Ấn Độ tổn thất 531.424. Tích Lan 16.841, Brazil 701.494 mạng người, vv… Một hiện tượng vô cùng đáng sợ chưa từng xảy ra tại hành tinh này.

Cố vấn Y tế Trưởng cho Tổng Thống Trump, Giám đốc Viện Dị Ứng Chuyên Gia Bệnh Nhiễm hàng đầu của Mỹ, Bác sĩ Anthony Fauci[29] vào ngày 30-7-2020, đã thừa nhận dịch bệnh ở Mỹ đang tồi tệ nhất thế giới vì "các số liệu không nói dối" và kêu gọi người dân Mỹ ở mọi lứa tuổi đoàn kết ngăn đại dịch.

Dân số Mỹ chiếm chưa tới 5% tổng dân số thế giới, nhưng quốc gia này hiện đang có số ca bệnh và số người chết vì Covid-19 cao hơn mọi quốc gia khác và chiếm tỉ lệ rất lớn trong tổng số ca bệnh, số người chết vì Corona toàn cầu.

Theo số liệu thống kê của ĐH John Hopkins, tính tới ngày 5 tháng 8 năm 2020, số người chết vì Covid-19 ở Mỹ chiếm hơn 22% trong tổng số người chết toàn cầu; trong khi đó số người mắc bệnh của Mỹ chiếm hơn 25% tổng số ca bệnh toàn cầu.

"Mọi quốc gia đều bị ảnh hưởng. Chúng ta, nước Mỹ, bị ảnh hưởng nhiều hơn hay tệ hơn bất cứ nước nào - ông

29. D. Kim Thoa, Bác sĩ Anthony Fauci kêu gọi toàn thể người Mỹ đoàn kết chống dịch COVID-19
https://tuoitre.vn/bac-si-anthony-fauci-keu-goi-toan-the-nguoi-my-doan-ket-chong-dich-covid-19-20200806162206189.htm

Fauci nói - Ý tôi là khi quý vị nhìn vào số ca nhiễm và số người chết, thực sự rất lo ngại."

Nói về toàn cầu, vào ngày 28 tháng 4 năm 2023, chính quyền của gần 200 quốc gia và vùng lãnh thổ cũng đã báo cáo tổng kết có khoảng 676,6 triệu ca nhiễm Covid 19 và 6,9 triệu ca tử vong kể từ khi Trung Quốc báo cáo những ca nhiễm đầu tiên cho Tổ chức Y tế Thế giới (WHO).[30]

Căn cứ theo nguồn tin mới nhất của cơ quan y tế thế giới WHO vừa được các cơ sở truyền thông điện tử VTC NOW & VTC NEWS phổ biến mới đây cho biết về biến thể của Covid-19 đang quay lại bùng phát dữ dội ở Ấn Độ, đem đến một con số dân chúng bị nhiễm dịch lên tới hàng chục ngàn người mỗi ngày. Thật là một thực tế vô cùng đáng sợ, khiến cho nhân loại chưa được một ngày bình yên sinh sống trước mối đe dọa của đại dịch.[31]

Những bãi hỏa táng đỏ lửa ngày đêm, dưới mỗi đống củi là một thi thể bệnh nhân và bên ngoài là một hàng dài của các thi thể đợi sắp hàng đến lượt được lên dàn hỏa.

Báo *Washington Post*[32] cho biết tại thành phố Surat thuộc bang Gujarat, các nhà hỏa táng đang phải xử lý số thi thể nhiều gấp năm lần bình thường và nơi hỏa táng hoạt động liên tục đến mức nhiệt độ bắt đầu làm tan chảy

30. Covid 19 cases: April 28 2023, authorities in 227 countries and territories have reported about 676.6 million Covid 19 cases and 6.9 million deaths since China reported its first cases to the World Health Organization (WHO).
https://www.cnn.com/interactive/2020/health/coronavirus-maps-and-cases/

31. Bản tin ngày 13/04/2023 của VTC NOW & NEWS

32. https://tuoitre.vn/chum-anh-hien-thuc-dich-benh-kinh-hoang-o-an-do-duoi-moi-dong-cui-la-mot-xac-benh-nhan-20210425105513811.htm

ống khói. Báo *New York Times* mô tả:

"Tại một trong những bãi hỏa táng lớn ở Ahmedabad, những đống lửa màu cam làm sáng cả trời đêm, cháy suốt 24 giờ một ngày, giống như một nhà máy công nghiệp chưa bao giờ đóng cửa. Suresh Bhai, người lao động tại đây, cho biết ông chưa bao giờ thấy dòng người chết bất tận như vậy."

Theo báo Straits Times, Singapore: *"Các gia đình được phép chôn người chết ở sân sau nhà, khi tình trạng tăng vọt ca nhiễm của Ấn Độ làm quá tải các địa điểm hỏa táng."*

Hàng trăm, hàng ngàn người chết hàng ngày và nhiều nơi phải đào hố để chôn tập thể cho nạn nhân xảy ra nhiều nơi.

Đây cũng là một sự cảnh tỉnh cho con người. Thế kỷ XXI là thời buổi của công nghệ 4.0 tiến tiến, trí tuệ nhân tạo (AI), máy học, dữ liệu lớn, blockchain và Internet vạn vật (IoT) đang thay đổi nhanh chóng. Nasa chinh phục được vũ trụ, không gian, sao hỏa, mặt trăng. Kỹ nghệ chế tạo được nhiều vũ khí tối tân siêu âm thanh, siêu hình siêu tốc, siêu ánh sáng… nhưng bất lực và thất bại trước các virus siêu nhỏ này. Mưa bão, sóng thần, động đất, thiên tai, đại dịch.. là những cảnh báo của môi trường thiên nhiên bất ổn. Một khi thiên nhiên bất ổn, tất cả những công trình vĩ đại của công nghệ 4.0, 5.0. và con người trong thế giới tiên tiến đó cũng sụp đổ tan tành trong chớp mắt. Vì thế, các nhà lãnh đạo đất nước siêu cường, các nhà khoa học tiên tiến, cần phải cân bằng phần tinh thần (tu tập tâm linh) và tiện nghi vật chất, thì mới mong trật tự thế giới cân bằng an lạc.

2.6.COVID-19 KHIẾN NHÂN LOẠI MẤT ĐI HƠN 336 TRIỆU NĂM TUỔI THỌ

Tổ chức Y tế Thế giới (WHO) ước tính khoảng 14,9 triệu người đã tử vong do các lý do liên quan Covid-19, qua đó rút ngắn 336,8 triệu năm tuổi thọ của người dân trên toàn thế giới.[33]

Trong một báo cáo ngày 19/5/2023, Tổ chức Y tế Thế giới (WHO) cho biết, trong hai năm đầu bùng phát, đại dịch Covid-19 đã cướp đi gần 337 triệu năm tuổi thọ của con người trên toàn thế giới.

Những số liệu thống kê cho thấy đại dịch Covid-19 tàn phá toàn cầu và cướp đi sinh mạng của gần bảy triệu người (hoặc 15 triệu theo WHO)[34] trên thế giới tính đến thời điểm này.

Theo số liệu chính thức của WHO, trong giai đoạn 2020-2021 tức khoảng thời gian dịch bệnh bùng phát mạnh mẽ, thế giới ghi nhận khoảng 5,4 triệu ca tử vong do virus SARS-CoV-2 gây bệnh Covid-19 và những biến thể của virus này.

Tuy nhiên, WHO cũng ước tính khoảng 14,9 triệu người đã tử vong do các lý do liên quan Covid-19, qua đó rút ngắn 336,8 triệu năm tuổi thọ của người dân trên toàn thế giới.

Báo cáo của WHO chỉ ra rằng nguyên nhân chủ yếu

33. Đại dịch COVID-19 khiến nhân loại mất đi hàng trăm triệu năm tuổi thọ. 19/5/2023. https://vtv.vn/the-gioi/dai-dich-covid-19-khien-nhan-loai-mat-di-hang-tram-trieu-nam-tuoi-tho-20230520002531 95.htm

34. Coronavirus Statistics https://www.worldometers.info/coronavirus/country/us/

của thực trạng này là sự bất bình đẳng trong xã hội, cũng như việc hạn chế trong khả năng tiếp cận vaccine tại nhiều khu vực.

Tỷ lệ mắc các bệnh truyền nhiễm như: HIV/AIDS, lao, sốt rét, cũng như nguy cơ tử vong sớm do các bệnh mạn tính cũng giảm một cách đáng kể. Tuổi thọ trung bình toàn cầu tăng từ mức 67 tuổi ghi nhận trong năm 2000, lên 73 tuổi trong năm 2019.

Tuy nhiên, đại dịch Covid-19 đã "cuốn phăng" những nỗ lực cải thiện dịch vụ y tế nhiều năm qua, làm tăng trưởng tình trạng bất bình đẳng trong tiếp cận các dịch vụ chăm sóc sức khỏe chất lượng cao, tiêm chủng định kỳ và các vấn đề tài chính.

Trước thực trạng trên, Tổng Giám đốc WHO Tedros Adhanom Ghebreyesus kêu gọi các nước tăng cường đầu tư cải thiện hệ thống y tế và chăm sóc sức khỏe, qua đó đạt được mục tiêu phát triển bền vững của Liên hợp quốc trong tương lai.

CHƯƠNG 3

CÁM ƠN CÁC TẤM LÒNG HY SINH VÌ ĐẠI DỊCH

Khi cuộc chiến quyết liệt chống lại cơn đại dịch COVID-19 tại nhiều quốc gia đang diễn ra, nhiều gia đình, nhiều bệnh nhân vẫn còn đang phải gồng mình để vượt qua những khó khăn hoảng loạn. Đại dịch đã khiến cho hàng triệu người mất đi người thân, mất đi công việc, gây ra sự bất ổn kinh tế, giáo dục, chính trị, môi trường, y tế và xã hội. Nỗi đau mất mát vẫn tiếp tục diễn ra, nhưng đâu đó phía sau thảm kịch Coronavirus, những câu chuyện tình người (nhân văn), nghĩa cử cao thượng, hy sinh vẫn còn để lại khiến chúng ta kính ngưỡng và tri ân muôn đời. Nhiều tấm lòng vàng, nhiều hành động nghĩa hiệp, hy sinh, rất đáng khen ngợi.

Chúng ta, những người may mắn phòng bệnh thành công, không bị nhiễm virus SARS-CoV-2, những người hồi phục từ sự chết đã sống lại do kháng sinh được con siêu vi trùng vô hình Covid-19, xin trân trọng, cảm ơn và nghiêng mình cảm phục trước những sự hy sinh to lớn của những con người đang cố gắng từng đêm, từng ngày, để chống lại cơn dịch bệnh và đem an lành cho đời sống người dân. Những ân nhân phải kể đến như:

- Gương hy sinh của các thiên thần áo trắng (blouse) là đội ngũ các bác sĩ, y sĩ, y tá, hộ lý, điều dưỡng trong tuyến đầu chống dịch Covid-19. Các vị đã hy sinh tình cảm riêng, sống xa gia đình, tiên phong vào vùng tâm dịch, làm việc trong môi trường khắc nghiệt, nắng nóng, không có điều hòa, mặc những bộ quần áo phòng dịch trong nhiều giờ. Các vị bất kể ngày hay đêm, đã không quản ngại gian nan, vất vả luôn tận tuỵ chăm sóc, chữa trị, để cứu sống bệnh nhân trong nỗ lực hoàn thành nhiệm vụ thiêng liêng của những người thầy thuốc.

- Gương hy sinh của đội ngũ những người lính áo xanh, cảnh sát, công an, đội bảo vệ, chiến sĩ, đội hậu cần, đội vận chuyển và các người dân xung phong... là những "lá chắn thép" cùng với y bác sĩ đảm bảo an toàn sức khỏe cho người dân.

- Các hội đoàn tôn giáo, hàng ngàn Chư tôn đức Tăng Ni, các vị chức sắc, tín đồ, Phật tử, tụng kinh cầu nguyện, giảng pháp online. Các tình nguyện viên tôn giáo, nhà hảo tâm, cá nhân hay tập thể, những "biệt đội phi thường" có tên hay ẩn danh, thầm lặng, đã luôn dang tay tham gia hoạt động thiện nguyện. Dù vất vả, gian nan, nắng mưa, ngày đêm, cũng dấn thân, đến tận nơi vùng dịch gần xa, trao nhau các nhu yếu phẩm, vật tư y tế, túi thuốc tình thương, bình oxy dưỡng khí, bếp ăn miễn phí, cây gạo ATM, bữa cơm yêu thương, siêu thị, bình dưỡng khí oxy ATM tại các cơ sở thờ tự và ngay cả mai táng, tất tần tật đều 0 đồng,...

- Các bạn trẻ tình nguyện viên, sinh viên, học sinh

bình dị của các trường tình nguyện đi phát khẩu trang, nước rửa tay, nhu yếu phẩm, đi chợ giùm... hỗ trợ nhân dân các khu cách ly phong tỏa và tham gia vào đội phản ứng nhanh trong tuyến đầu chống dịch.

- Các nhà khoa học và bác sĩ thế giới ngày đêm cố tìm ra các giải pháp, các liều thuốc phòng chống và điều trị dịch một cách hiệu quả và nhanh chóng.

Cơn đại dịch đã lắng xuống. Tất cả đều đến rồi đi, chỉ có những tấm lòng hy sinh này còn ở lại. Danh tánh các vị ân nhân tử tế, âm thầm chịu đựng để lan tỏa tình thương này rất nhiều, khắp ở các tỉnh thành Việt nam, Hoa Kỳ, Ấn Độ và trên khắp thế giới.

Rất nhiều bài viết, bài báo trên các trang mạng thông tin điện tử (websites, email, facebook, twitter...) đã ghi lại. Xin trích dẫn vài bài đại diện chia sẻ như một sự trân trọng tôn vinh kính ngưỡng, một lời cảm ơn chân thành sâu sắc đến các bồ tát áo trắng, áo xanh, áo vàng và vô số màu áo khác trong mùa đại dịch như sau:

3.1. ĐỨC TENZIN GYATSO, ĐẠT-LAI-LẠT-MA THỨ 14 TRI ÂN ĐỘI NGŨ BÁC SĨ

Đức Tenzin Gyatso, Đạt-lai-lạt-ma thứ 14, như một vị Phật sống, một thánh tăng, một bậc thầy tâm linh giữa cõi đời, đã có lời động viên, sách tấn và cám ơn chung các tấm lòng hy sinh cao quý của các bác sĩ, y tá, chuyên viên y khoa ngày đêm túc trực nơi tuyến đầu chống đại dịch.

"Tôi cũng dành sự biết ơn đặc biệt cho các nhân viên y tế - bác sĩ, y tá và các nhân viên hỗ trợ khác - những người đang làm việc trên tuyến đầu bất chấp nguy hiểm để cứu người. Đây thật sự là hành động của lòng từ bi."[35]

3.2. LỜI CỐ VẤN, CẢM ƠN TĂNG NI VÀ BAN Y TẾ CỦA TRƯỞNG LÃO HT. T. TRÍ QUẢNG

Nói về Phật giáo tham gia chống dịch, cởi cà sa khoác áo blouse trắng tham gia tuyến đầu phòng chống dịch: Có 1.250 vị Tăng Ni đăng ký tình nguyện tham gia vào tuyến đầu chống dịch, trong số đó 150 người đã tham gia tại bệnh viện dã chiến số 10, 13 ở TP.HCM và tại Bình Dương, Đồng Nai, Long An...

Lan tỏa bữa cơm yêu thương vùng tâm dịch với tinh thần "Lá lành đùm lá rách." Ban Trị sự Tp Hồ Chí Minh và các chùa địa phương đã công đức hơn năm triệu suất ăn nhân ái miễn phí cho những gia đình trong vùng phong tỏa cách ly, bệnh nhân, y bác sĩ và quân dân đang làm việc chống dịch, góp phần quan trọng, thiết thực, cùng toàn Đảng, toàn quân và toàn dân ta phấn đấu từng bước ngăn chặn, đẩy lùi dịch COVID-19.

Bệnh tật là điều không ai muốn, nó là một trong những nỗi khổ, bất an của con người; đồng thời cũng là điều mà không một ai có thể tránh được. Dịch bệnh cũng vậy, sẽ không chừa một ai nếu chúng ta không đủ sức khỏe và thiếu chánh niệm, không tuân thủ nghiêm túc các biện pháp phòng, chống được ngành y tế khuyến cáo và cập nhật.

Chúng ta là con người, và hễ là con người thì vẫn chịu sự chi phối của các duyên bên ngoài. Nội lực của người

35. Thông điệp của Đức Tenzin Gyatso, Đạt-lai-lạt-ma thứ 14, về Covid-19
https://thuvienhoasen.org/a33678/thu-cua-duc-dat-lai-lat-ma-ve-dai-dich-coronavirus

tu thật sự sẽ được thể hiện trong những hoàn cảnh nghịch duyên, chẳng hạn bệnh tật. Do đó, khi thân có bệnh, chúng ta cần ý thức sám hối, cầu nguyện và thực hành quán duyên khởi, vận dụng các pháp hành mà mình biết được, để tự thân vượt lên, và hộ trì cho đội ngũ y tế đã không quản nguy hiểm để điều trị cho chúng ta, càng phải nỗ lực để cầu nguyện cho dịch bệnh sớm được kiểm soát. Có như vậy mới xứng đáng là người tu theo Phật, là tấm gương cho người khác.[36]

3.3. CÁM ƠN TỔ CHỨC Y TẾ QUỐC TẾ WHO

Tổ chức Y Tế Quốc Tế (WHO) đã làm việc với các đối tác, bao gồm các cơ quan khác của Liên hợp quốc, các tổ chức phi chính phủ quốc tế, các Hiệp hội Chữ thập đỏ và Trăng lưỡi liềm đỏ, để dẫn dắt một chương trình sức khỏe tâm thần liên ngành và hồi đáp tâm lý xã hội đối với COVID-19. Xuyên suốt đại dịch, WHO cũng đã làm việc để thúc đẩy sự kết hợp giữa hỗ trợ sức khỏe tâm thần và tâm lý xã hội trong tất cả các khía cạnh của ứng phó toàn cầu.

Các Quốc gia Thành viên của WHO đã nhận ra tác động của COVID-19 đối với sức khỏe tâm thần và đang hành động. Cuộc khảo sát nhanh gần đây nhất của WHO về tính liên tục của các dịch vụ y tế thiết yếu chỉ ra rằng 90% quốc gia đang nỗ lực cung cấp hỗ trợ sức khỏe tâm thần, tâm lý xã hội cho bệnh nhân COVID-19 và những người có phản ứng tương tự.

Hơn nữa, tại Đại hội đồng Y tế Thế giới năm ngoái,

36. Trưởng lão Hòa thượng Thích Trí Quảng nói về việc Tăng Ni điều trị tại Bệnh viện Dã chiến số 10
https://giacngo.vn/truong-lao-hoa-thuong-thich-tri-quang-noi-ve-viec-tang-ni-dieu-tri-tai-benh-vien-da-chien-so-10-post58176.html

các quốc gia đã nhấn mạnh sự cần thiết phải phát triển và tăng cường các dịch vụ hỗ trợ sức khỏe tâm thần và tâm lý xã hội như một phần của việc tăng cường khả năng sẵn sàng, ứng phó, khả năng chống chịu với COVID-19 và các trường hợp khẩn cấp về sức khỏe cộng đồng trong tương lai. Họ đã thông qua bản cập nhật Kế hoạch Hành động Toàn diện về Sức khỏe Tâm thần 2013-2030, bao gồm một chỉ số về sự chuẩn bị sẵn sàng cho sức khỏe tâm thần và hỗ trợ tâm lý xã hội trong các trường hợp khẩn cấp về sức khỏe cộng đồng.[37]

3.4. LỜI CẢM ƠN TỪ TRÁI TIM

Bé Lê Trần Yến Anh (Vĩnh Long) gửi tặng các y, bác sĩ nơi tuyến đầu chống dịch

Ngày 14 tháng 02 năm 2022

Đất nước ta đang phải trải qua những tháng ngày vô cùng khó khăn bởi đại dịch toàn cầu Covid-19. Từ tháng 7/2021, hưởng ứng lời hiệu triệu của Bộ Y tế, gần 200 lượt y bác sĩ, nhân viên y tế của Bệnh viện Nhi Trung ương đã không ngần ngại xung phong vào điểm nóng dịch bệnh, đồng hành cùng miền Nam ruột thịt chiến đấu chống lại kẻ địch mang tên Covid-19.

Những người thầy thuốc mang trên mình màu áo Blouse trắng là những anh hùng của cuộc chiến này. Họ không quản ngại gian nan, vất vả luôn tận tuỵ chăm sóc,

37. Trung tâm NC&PT hội nhập KH&CN quốc tế liên kết.
Nguồn và dịch tin từ Cổng thông tin tổ chức y tế thế giới
https://www.who.int/news/item/02-03-2022-covid-19-pandemic-triggers-25-increase-in-prevalence-of-anxiety-and-depression-worldwide

chữa trị cho người bệnh bằng tất cả tình yêu thương và trách nhiệm của mình.

Trong những giờ phút khó khăn, mệt mỏi thì sự sẻ chia, khích lệ từ cộng đồng chính là nguồn cổ vũ lớn lao tiếp thêm sức mạnh để những “Chiến sĩ áo trắng” Bệnh viện Nhi Trung ương thêm vững vàng, kiên cường trên mặt trận chống dịch Covid-19. Và bức vẽ chứa đựng tình yêu thương cùng bài thơ với ngôn từ mộc mạc nhưng đong đầy cảm xúc, lòng biết ơn của bé Vàng – Lê Trần Yến Anh (Vĩnh Long) gửi tới đội ngũ y bác sĩ nơi tuyến đầu chống dịch đã chạm đến trái tim của tất cả mọi người như sau:

Con kính gởi bài thơ này đến các y bác sĩ của hai bệnh viện: Nội tiết Trung ương, Nhi Trung ương

Kẻ thù giấu mặt mang tên Covid
Giết người dân không sợ cái chi
Người bác sĩ tấm lòng to lớn
Ngày ngày lo cho người bệnh
Không quản khó khăn, gian nan
Chỉ cần người bệnh khỏi bệnh
Là người bác sĩ ấm lòng an vui.

Mong các bác sĩ sẽ thích ạ!

Con chúc các bác sĩ luôn tràn đầy sức khoẻ, tràn đầy hạnh phúc, niềm vui gia đình, có nhiều phương pháp trị bệnh, mau chóng thắng được đại dịch Corona.[38]

38. Lê Trần Yến Anh, Lời Cảm Ơn Từ Trái Tim, Vĩnh Long. https://benhviennhitrunguong.gov.vn/loi-cam-on-tu-trai-tim-cua-be-le-tran-yen-anh-vinh-long-gui-tang-cac-y-bac-si-noi-tuyen-dau-chong-dich.html

3.5. TẾT Ở HAI GIA ĐÌNH TRỞ VỀ TỪ CÕI CHẾT

(Bài và hình: NLĐO) - Từ cõi chết trở về sau khi chiến thắng Covid-19 nên hai gia đình ở Tiền Giang không tổ chức tiệc tùng vào dịp Tết. Với họ, còn đầy đủ thành viên trong nhà thì ngày nào cũng là Tết.

Chúng tôi trở lại nhà chị Phạm Thị Thùy Trang (sinh năm 1982; ngụ phường 8, TP Mỹ Tho, tỉnh Tiền Giang) trong những ngày cận kề Tết Nguyên đán Nhâm Dần. Căn nhà ấm áp nhưng không một nhành bông mai, hoa đào đón xuân như bao nhà khác. Chị Trang tâm sự: "Từ cõi chết trở về, cả nhà còn sống là may mắn lắm rồi, qua đại dịch mới thấy gia đình còn đủ thành viên thì ngày nào cũng là Tết."

Gia đình anh Phú và chị Trang trong không khí ngày Tết

Rót ly trà mời chúng tôi trong không khí mùa Xuân, anh Huỳnh Thanh Phú (chồng chị Trang) nhớ lại: "Tổ ấm của gia đình bất ngờ bị dịch bệnh Covid-19 tấn công. Cả nhà bốn người phải trải qua những ngày tháng chống chọi với cơn đau cả thể xác lẫn tinh thần. Tuy nhiên, sự tận tình chăm sóc của lực lượng y, bác sĩ cùng với nghị lực và tinh thần lạc quan đã giúp chúng tôi "vượt ải" Covid-19 thành công. Tết năm nay, xem như còn đủ thành viên là đầm ấm rồi nên không tổ chức Tết như mọi năm. Đó cũng là cách chúng tôi tưởng nhớ đến những người không may mắn trong đại dịch."

Trong niềm xúc động được trở về với cuộc sống, trở về với tổ ấm thân yêu và đầy đủ các thành viên của mình trong ngày cận Tết, chị Trang tâm sự: "Khi lần lượt bốn thành viên trong gia đình đều phải lên xe cứu thương đến bệnh viện điều trị Covid-19, anh Phú dặn: "Đi bốn về bốn nhé, phải cố gắng chiến thắng đại dịch." Những ngày nằm viện, hai cháu lấy giấy bút theo để học. Đến sau này mới biết đứa con gái của tôi vẽ nhiều bức tranh với nội dung đầy nước mắt. Đó là hình ảnh bác sĩ lấy thân mình che chắn bệnh nhân chống lại Covid-19."

Bức tranh do Bảo Ngọc vẽ trong lúc nằm viện

Anh cho biết tưởng như không vượt qua nổi. Tuy

nhiên, nhờ sự tận tình chăm sóc, cứu chữa, cùng với sự động viên của đội ngũ y, bác sĩ của Bệnh viện Lao – Bệnh phổi Tiền Giang và gia đình, anh dần dần khỏe lại. Những ngày nằm thở ôxy là khoảng thời gian cam go nhất đối với anh. Đó cũng là những ngày mà đội ngũ y, bác sĩ đã rất vất vả, tận tình, quyết tâm giành lại sự sống cho anh. Vì vậy, với anh, đó là những ngày đầy ân tình mà mãi mãi không thể quên, khó có thể đền đáp được.

"Cầm tờ giấy xuất viện trên tay, tôi vui mừng không thể diễn đạt hết bằng lời vì sắp được về sum họp với gia đình. Đó như là một giấc mơ, một sự tái sinh lần thứ hai trong cuộc đời. Các thiên thần áo trắng đã hồi sinh cho cả nhà tôi. Tết này, không hoa mai, hoa đào mà chỉ đón Xuân nhẹ nhàng êm ái. Một mùa Xuân mà chúng tôi cứ nghĩ là không bao giờ nhìn thấy nữa" - chị Trang phấn khởi nói.

Cũng như gia đình chị Trang, Tết năm nay, gia đình anh Trần Văn Bé Hai (sinh năm 1979; ngụ xã Tân Mỹ Chánh, TP Mỹ Tho, tỉnh Tiền Giang) không một bông hoa, không tiệc tùng mà chỉ đón mùa Xuân êm đềm vì ông cho rằng còn sống đã là kỳ tích.

Sau hàng tháng điều trị và chiến thắng Covid-19, anh Bé Hai thông báo với những người thân yêu trong gia đình rằng mình sẽ hiến xác cho y học sau khi mất. Trong đơn xin hiến xác gửi Học viện Quân y, anh Bé Hai trình bày: "Khi điều trị Covid-19 tại bệnh viện dã chiến, tôi mới cảm nhận được sự vất vả của đội ngũ y, bác sĩ ở tuyến đầu chống dịch. Các anh, các chị là những chiến sĩ kiên cường, bất khuất. Để góp phần nhỏ vào việc nghiên cứu của y học, tôi xin hiến xác cho Học viện Quân y khi tôi mất đi."

3.6. CÁC BÁC SĨ DỐC SỨC GIÀNH SỰ SỐNG CHO BỆNH NHÂN

Bà Lương Thị Hà từng mắc COVID-19 và nhớ lại rằng:

Tôi không nhớ nổi bản thân mình đã thở hết bao nhiêu chiếc bình dưỡng khí oxy. Những giây phút tỉnh táo hiếm hoi, thấy các bác sĩ ở Bệnh viện Dã chiến số 3 hối hả cứu các bệnh nhân khác trong lòng thương thầy thuốc vô hạn...

"Tôi đã mấy lần thều thào với bác sĩ hãy cho tôi về để tôi chết chứ triền miên thở máy thế này sự sống khó mà tồn tại được. Ở thêm ngày nào cơ cực thêm cho nhân viên y tế ngày đó, hãy tập trung cứu nhiều bệnh nhân nhẹ. Nhưng các thầy thuốc lại động viên, chăm chút tôi như ruột thịt của mình, bảo còn một tia hy vọng cũng phải chiến đấu để giành lại sự sống...".

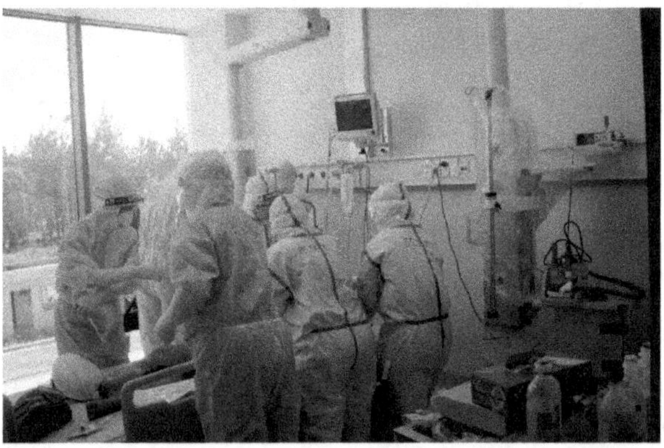

Cách đây một năm, cao điểm dịch bệnh ở TP.HCM, các thầy thuốc phải hối hả dốc sức cứu bệnh nhân.

Sau hơn 30 ngày thở máy thì bệnh tình của bà Lương Thị Hà dần có những tiến triển tích cực, bà đã có thể cử động và nói chuyện nhiều với các thầy thuốc.

"Sau một tháng miên man, tỉnh lại tôi cứ ngỡ mình đang mơ. Cho đến khi các y bác sĩ lại vỗ về lên người mình, xoa bóp chân tay cho mình, gắn máy oxy, kiểm tra các chỉ số sinh tồn cho mình thì tôi mới tin mình vẫn còn sống mà lại còn vượt qua được giai đoạn nguy kịch. Niềm hạnh phúc bừng lên, xúc động đến trào nước mắt..." - Bà Hà bộc bạch.

Nhớ như in sự vất vả, cực nhọc...

Tỉnh táo trở lại cũng là quãng thời gian bà Hà từng ngày chứng kiến mỗi cuộc bàn giao ca trực, quần áo của y bác sĩ ướt sạch. Có đến hàng chục nhiệm vụ phát sinh, trong nỗi lo âu và tự nguyện của thầy thuốc, ví như massage, dỗ dành bệnh nhân vào giấc ngủ, bón thuốc, dìu đỡ đi vệ sinh… thì lòng bà Lương Thị Hà lại trỗi dậy sự cảm kích vô hạn.

Bà thổ lộ rằng: "Từ "cõi chết" trở về mới thấu hiểu về giá trị của sự sống. Căn bệnh này không có người thân ở bên cạnh chăm sóc được, nên tất cả mọi thứ đều dồn lên y bác sĩ. Bản thân tôi và nhiều bệnh nhân khác bị nặng, lâu ngày gần như nằm một chỗ nên hay bứt rứt. Thầy thuốc như hiểu được điều đó, nên lại nhẹ nhàng dỗ dành vào giấc ngủ, tỉnh dậy thì được đấm bóp khắp người.... Có đêm cả phòng cấp cứu rầm rập bước chân của các y bác sĩ tranh thủ từng phút vì bệnh nhân. Thế nên đã có hàng nghìn bệnh nhân nặng vượt qua được 'cửa tử' trở về với đời sống bình thường như một giấc mơ có thật."

Theo nhiều thầy thuốc từng điều trị bệnh nhân COVID-19 nặng ở Bệnh viện Dã chiến số 3, có hôm sau ca trực họ uống hết cả lít nước vì khát khô họng. Trung bình mỗi thầy thuốc kiêm nhiệm ít nhất 5 nhiệm vụ như:

Điều trị chuyên môn; Làm liệu pháp tâm lý, dỗ dành người bệnh; Vệ sinh cá nhân; Đút cơm, cháo…

Các thầy thuốc ở Bệnh viện Dã chiến số 3 cách đây một năm tận tình chăm sóc bệnh nhân.

Sau khoảng 40 ngày thở máy, ngồi dậy, tự đi đứng và không phải thở oxy nữa, bà Lương Thị Hà xúc động cầm tờ thông báo được chuyển lên phòng bệnh nhân nhẹ. Đôi chân như bị níu lại bởi những nhịp điệu thân quen. Cố kìm lòng nhưng rồi sau vài câu nói, bà Hà khóc òa lên trong sung sướng. Bà tâm tình rằng: “Suốt bao ngày đinh ninh ngày về là bình tro cốt. Thế mà giờ đi đứng như người bình thường thì không niềm vui nào diễn tả nổi. Điều kỳ diệu không phải thần thánh ban cho mà đó là sự tận tụy của thầy thuốc...”.

Sau đúng một tháng rưỡi điều trị, đầu tháng 9 năm 2021, bà Lương Thị Hà được xuất viện. Bà bảo: “Về đến nhà mình, hàng xóm ai cũng ngỡ ngàng, bởi họ đều nghĩ tôi không thể vượt qua được vì bệnh quá nặng. Tôi đã nói với mọi người, chính các thầy thuốc đã hồi sinh cuộc đời tôi. Những ngày tháng 7 năm 2022 này đối với tôi thật đặc biệt vì tròn một năm từ “cõi chết” trở về...”.

Giờ đây, dù dịch bệnh đã được kiểm soát tốt nhưng những ngày tháng được thầy thuốc cận kề giành giật sự sống trở thành một phần cuộc đời bà Hà, thành những ngày tháng không thể nào quên với bà.

Bệnh nhân hồi sinh là món quà vô giá với thầy thuốc...

Từng túc trực nhiều tháng điều trị, cấp cứu bệnh nhân COVID-19 nặng ở Bệnh viện Dã chiến số 3, BSCKI Lý Quốc Công chia sẻ: “Bệnh nhân Hà năm ngoái rất nặng.

Chúng tôi phải vất vả để cứu chữa. Còn nói về gian khó của một năm trước thì không thể kể hết. Khi đó đến ăn cũng phải ăn thật nhanh để lao vào phòng cấp cứu."

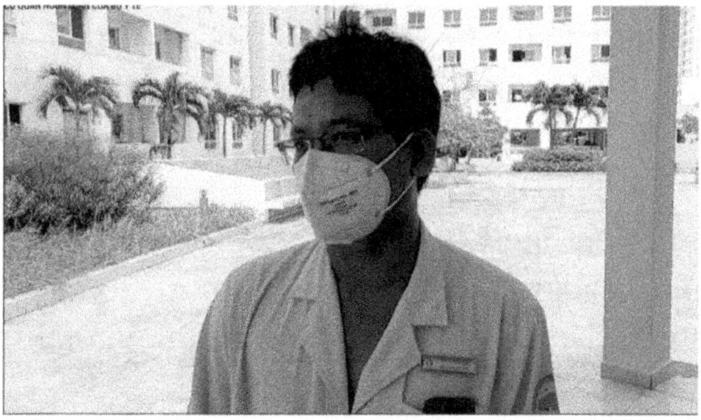

BSCKI Lý Quốc Công chia sẻ: "Một năm trước rất vất vả nhưng sau một năm thấy nhiều bệnh nhân hồi sinh là món quà vô giá cho các thầy thuốc."

"Con virus COVID-19 này nó rất lợi hại, mình phải nhanh mới chặn được nó. Bệnh nhân chuyển biến nặng khi ấy ngày một tăng, nên tập thể thầy thuốc chúng tôi từng ngày động viên nhau hãy vững vàng. Mỗi khi mệt mỏi, lại nhìn vào phòng cấp cứu để vượt qua, bởi ở đó bao sự sống đang cần mình, từng phút. Mọi hạnh phúc riêng tư đều gác lại, triền miên cứu chữa người bệnh. Một năm đã trôi qua, nhìn những sự sống hồi sinh như hôm nay, với những thầy thuốc như chúng tôi đó là món quà vô giá" - vị bác sĩ bộc bạch.

3.7. BÁC SĨ GỐC VIỆT GIÚP CỘNG ĐỒNG KHÓ KHĂN VÌ COVID-19 TẠI CALIFORNIA

Trong bối cảnh đại dịch Covid-19 lây lan mạnh, nỗ lực

đóng góp của vị bác sĩ gốc Việt đã được nhiều người tại quận Imperial, bang California (Mỹ) ghi nhận.

Theo AP, quận Imperial là nơi có tỷ lệ nhiễm Covid-19 cao nhất California với hai bệnh viện đã bị quá tải. Quận Imperial nằm giáp biên giới Mexico và là một trong những vùng có tỷ lệ người nghèo cao nhất bang California, theo AP.

Quận Imperial có khoảng 180.000 dân và 20% số này bị nhiễm Covid-19, số người tử vong là 220 người. Tỷ lệ người nhiễm bệnh tính trên mỗi 100.000 dân tại Imperial cao gần gấp ba lần tại Los Angeles.

Bác sĩ Tien Vo (43 tuổi) là chủ nhân hai phòng khám tại thành phố Calexico trong quận Imperial, cùng một viện dưỡng lão với 31 giường. Trong bối cảnh các bệnh viện trong vùng quá tải, phòng khám của bác sĩ Vo bắt đầu xét nghiệm bệnh nhân Covid-19 từ tháng 3. Số người đến xét nghiệm đông kín cả bãi đỗ xe và dòng người rồng rắn xếp hàng chờ bên ngoài phòng khám.

Tính đến nay, các phòng khám của ông đã thực hiện hơn 27.000 xét nghiệm Covid-19 và lượng kết quả dương tính là khoảng 25-30%.

Ngoài công việc tại phòng khám, bác sĩ Vo còn thường xuyên khám bệnh cho những bệnh nhân cách ly tại nhà và mang thực phẩm tiếp tế đến cho họ. Bác sĩ Vo thường được nhìn thấy vẫn khoác bộ blouse xanh ngay cả khi đã hết ca trực vào 18 giờ, theo AP.

Ông Alex Cardenas, cựu thị trưởng thành phố El Centro thuộc quận Imperial, miêu tả bác sĩ Vo là một người rất được ngưỡng mộ vì giúp đỡ cho nhiều bệnh nhân. Ông Cardenas thường lái xe chở bác sĩ Vo đi cung cấp thức ăn cho người dân đang cách ly và không thể đi mua thực phẩm được.

"Bác sĩ, chúng tôi thật sự cảm ơn vì những gì ông đã làm cho cộng đồng", bà Judith Aguirre sống tại Imperial nói sau khi nhận thùng thực phẩm từ bác sĩ Vo.

"Tôi đã cố hết sức mình nhưng đôi khi chúng ta không thể làm đủ tốt. Họ thật sự cần bác sĩ", bác sĩ gốc Việt nói sau khi kết thúc ca trực bằng chuyến thăm bệnh và mang thực phẩm đến các gia đình có nhiều thành viên bị nhiễm Covid-19 ở Imperial.

Ông cho biết đã cùng vợ chuyển đến Imperial sống từ 10 năm trước, vì cho rằng con người ở đây thân thiện và ông cảm nhận được sự hạnh phúc của người dân khi họ chào ông.[39]

3.8. SỰ CHIẾN ĐẤU KIÊN CƯỜNG CỦA MỘT NỮ BÁC SĨ Ở NEW YORK

Cô bác sĩ Cornelia Griggs đang làm việc tại một bệnh viện trong thành phố New York. Cũng như các bác sĩ khác trên toàn cầu, Bác sĩ Griggs đã chiến đấu kiên cường, tự nguyện đêm ngày ở lại bệnh viện, để trực tiếp chiến đấu với đại dịch Covid-19. Dĩ nhiên là cô phải rời xa gia đình và những người con còn nhỏ tuổi đang rất cần sự có mặt của mẹ. Trong một đoạn video, bác sĩ đã làm như một phương tiện thông tin với các con nhỏ trong gia đình của mình, cô chia sẻ như sau:

"Có thể bây giờ các con của tôi còn quá nhỏ để lắng

39. Vi Trần, Khó Khăn Vì Covid-19 Tại California. https://thanhnien.vn/bac-si-goc-viet-giup-cong-dong-kho-khan-vi-covid-19-tai-california-185983404.htm

nghe những lời này và chúng cũng không nhận ra tôi trong bộ đồ bảo hộ này đâu. Nhưng nếu tôi bị chết vì Covid-19, tôi muốn chúng biết rằng mẹ chúng đang cố gắng hết sức để hoàn thành sứ mạng của mình." Bác sĩ Griggs là bác sĩ phẫu thuật Nhi khoa thuộc trung tâm y tế đại học Columbia.

Cô chia xẻ với đài CNN rằng, đó là một ngày rất dài, rất mệt mỏi cho cô và các đồng nghiệp của cô. Lời nhắn nhủ của bác sĩ đã được rất nhiều người ủng hộ và họ sẽ nói với các con của cô về lòng dũng cảm của cô.

Bác sĩ Griggs nói rằng, lý do vì sao cô đăng tải những dòng này vì Coronavirus sẽ có khả năng rất cao, lây cả cho những bác sĩ đang ở tuyến đầu cứu người hoặc hỗ trợ cho các bệnh nhân và các bác sĩ như bà, các y tá sẽ không thể biết được khi nào thì họ sẽ bị nhiễm bệnh.

"Mỗi sáng thức dậy tôi đi vào bệnh viện với cảm giác như là tôi đang đi vào biển lửa, tôi cảm thấy sợ hãi mỗi ngày, nhưng tôi vẫn quyết tâm đi làm, để hoàn thành nhiệm vụ thiêng liêng của một bác sĩ và vì tình thương các bệnh nhân đang đau đớn và đang cần bàn tay chăm sóc trị bệnh của y bác sĩ. Chúng tôi phải giành giựt sự sống cho các người bệnh. Đó là nhu cầu và nghĩa vụ rất cần thiết."

3.9. THAM GIA PHỤC VỤ TRONG BỆNH VIỆN DÃ CHIẾN (Sư cô TN Nhuận Bình)

Ngày 22/7, khi đại dịch ở Thành phố Hồ Chí Minh bước vào thời kỳ căng thẳng nhất, sư cô Thích nữ Nhuận Bình ở Tu viện Tâm Không (Củ Chi, TpHCM) cùng 299 tình nguyện viên tu sĩ khác lên đường đến các bệnh viện dã chiến điều trị Covid-19 ở thành phố. Sư cô được phân công chăm sóc bệnh nhân mắc Covid-19 tại Bệnh viện dã chiến điều trị Covid-19 số 12, thành phố Thủ Đức. Sư cô Thích Nữ Nhuận Bình chia sẻ như sau:

"Tại bệnh viện dã chiến, cứ sau bữa cơm chiều, các bệnh nhân thường ra đứng ngoài cửa sổ để được giao lưu với mọi người. Họ tâm sự, có khi la hét rất lớn, bởi họ quá căng thẳng khi nhìn bệnh nhân khác sáng vẫn ăn uống bình thường, vẫn gọi video về cho gia đình, nhưng tới trưa đã trở nặng, khó thở, nếu không được cấp cứu kịp thời là chết rất nhanh. Nhất là gia đình nào có nhiều người dương tính, nhưng mỗi người lại được đưa đi điều trị ở một bệnh viện khác nhau, thì sự căng thẳng càng lớn bởi họ lo lắng cho nhau."

Bao nhiêu ngày tham gia chống dịch ở Bệnh viện dã chiến là bấy nhiêu ngày, sư cô phải chứng kiến những nỗi đau quặn thắt, sự lo lắng, sợ hãi, suy sụp tinh thần của những bệnh nhân Covid-19 nơi đây. Sự mong manh giữa lằn ranh sinh tử, thiếu vắng người thân ở bên, có người chịu hợp tác với y, bác sỹ, hộ lý, nhưng cũng có người tuyệt vọng, buông xuôi, bất hợp tác. Hiểu được nỗi đau về thể xác và tinh thần mà mỗi bệnh nhân đang phải gánh chịu, không chỉ dừng lại ở việc tiêm thuốc, đo các chỉ số sinh tồn, phục vụ người bệnh, sư cô còn dành thời gian thăm hỏi, động viên, cổ vũ tinh thần họ lạc quan hơn, kiên trì chiến đấu với tật bệnh, sớm hồi phục sức khỏe để trở về với gia đình.

Có những khi trắng đêm chăm sóc bệnh nhân, đôi tay đã nhăn nheo, khuôn mặt hằn sâu do mang đồ bảo hộ, thậm chí có những lúc ngột ngạt, thiếu oxy, nhưng sư cô vẫn tâm niệm cố gắng hết sức, làm bằng tất cả tấm lòng chân tình, dịu dàng nhất có thể, để bệnh nhân được thoải mái, được an ủi, không cảm thấy lo lắng và tủi thân. Chia sẻ được với những khó khăn của bệnh nhân là niềm hạnh phúc nhất của sư cô.

Sư cô Thích nữ Nhuận Bình chỉ là một trong số hàng ngàn chức sắc, tín đồ, tình nguyện viên tôn giáo tham gia vào tuyến đầu chống dịch, hỗ trợ nhân dân các khu cách ly phong tỏa.

Tại tâm điểm của đợt dịch, hưởng ứng lời kêu gọi của Trưởng lão Hòa thượng Thích Trí Quảng, Trưởng ban Trị sự Giáo hội Phật giáo Việt Nam TP.HCM, đã có 600 Tăng, Ni, Phật tử xuất quân và có mặt tại các bệnh viện dã chiến. Bên cạnh đó là biết bao việc làm thấm đẫm tinh thần "từ bi", "bác ái" của đồng bào Phật giáo trong mùa dịch với những bữa cơm yêu thương trong vùng tâm dịch, hỗ trợ an táng những người qua đời vì đại dịch, siêu thị không đồng, ATM oxy tại các cơ sở thờ tự, cùng nhiều hàng hóa, nhu yếu phẩm, trang thiết bị y tế đã được Giáo hội các cấp quyên góp ủng hộ công tác phòng, chống dịch Corona Virus.[40]

3.10. NHẬT KÝ CỦA BÁC SĨ DƯƠNG MINH TUẤN

Chúng ta ước lượng được bao nhiêu chuyến xe, bao nhiêu tấn hàng vận chuyển vào TP Hồ Chí Minh, nhưng không thể cân đo hết bao nhiêu yêu thương, lo lắng dành cho thành phố. Chúng ta tính được hàng trăm nghìn nhân

---

40. Chu Thanh Vân (TTXVN), Từ "cởi áo cà sa khoác chiến bào" đến phong trào "cởi áo cà sa khoác blouse trắng." https://baotintuc.vn/thoi-su/40-nam-giao-hoi-phat-giao-viet-nam-bai-cuoi-phat-huy-truyen-thong-yeu-nuoc-tinh-than-ho-quoc-an-dan-20211106181446693.htm

lực chi viện ở mọi mặt trận nhưng không thể đong đếm được bao nhiêu giọt mồ hôi, nước mắt đã rơi xuống trong hơn 150 ngày qua. Nghĩa tình đồng bào, sự chung sức, đồng lòng, sẻ chia gánh vác trách nhiệm đã giúp cho TP Hồ Chí Minh vượt qua được những tháng ngày khốc liệt nhất.

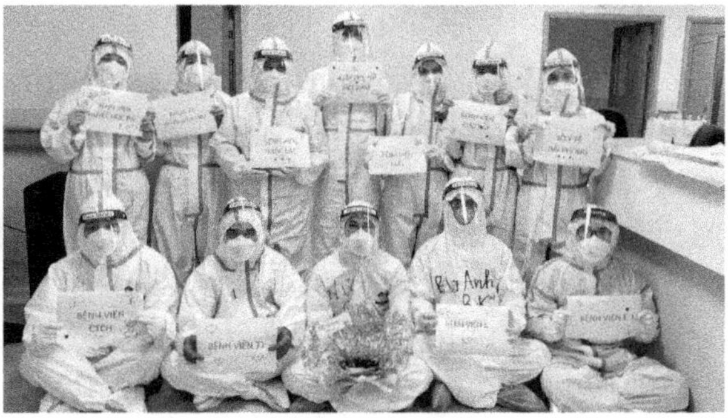

"Tự dưng nay ngồi mở nghe đi nghe lại bài "Nếu chỉ còn một ngày để sống", xong cũng tự hỏi nếu chỉ còn một ngày để sống thì mình sẽ làm gì nhỉ? Giúp đỡ thật nhiều người khó khăn? Cứu sống thật nhiều mạng người?... ", bác sĩ Dương Minh Tuấn ghi những dòng nhật ký ở ngày thứ 30 chi viện cho miền Nam. Đây là thời điểm cuối tháng 8 năm 2021, TP Hồ Chí Minh bị tổn thương nặng nề nhất, ngổn ngang với nhiều hoang mang lo lắng.

Bác sĩ Tuấn từ Bệnh viện đa khoa Minh Hóa, tỉnh Quảng Bình, cùng hàng nghìn nhân viên y tế trong cả nước chi viện cho thành phố đều đang từng ngày đối diện trực tiếp với sự tàn khốc của dịch bệnh. Họ cũng chính là những người ở lại cho đến tận giữa tháng 10/2021, khi thành phố đã cơ bản kiểm soát dịch bệnh, bắt đầu cuộc sống bình thường mới…

Từ một bệnh viện đa khoa nhỏ của vùng núi Quảng Bình, bác sĩ Dương Minh Tuấn cùng đồng đội đã có tròn hai tháng chi viện cho thành phố, vào thời điểm mà anh kể lại là "những cảnh tượng kinh khủng hơn tất cả mọi thước phim về thảm họa đang diễn ra trước mắt". Họ đến, sát cánh cùng lực lượng y tế thành phố này, mỗi ngày cố gắng giữ tính mạng từng bệnh nhân, xoa dịu nỗi đau của những người may mắn còn ở lại, tiếp thêm chút sức lực và niềm tin cho các đồng đội mặc áo blouse trắng.

Mỗi ngày họ làm việc trong bộ đồ bảo hộ nóng bức, hơn 12 tiếng trong các bệnh viện dã chiến và "ăn, ở cũng dã chiến." Những bữa cơm quá giờ, nguội ngắt và không hợp khẩu vị, ngủ tạm trong một trường học hay một khách sạn nhỏ nào đó, tỉnh giấc hoảng hốt giữa đêm vì nỗi ám ảnh tiếng máy thở, những bệnh nhân lần lượt buông tay trước mọi nỗ lực của mình… Cũng như các lực lượng chi viện khác, chứng kiến sự khốc liệt, cảm giác đau buồn, căng thẳng, áp lực, có lúc tưởng không trụ nổi, nhưng rồi bác sĩ Tuấn nhận ra "Cuộc chiến này còn dài, và chúng tôi không cần phải tạo thêm cho nhau những áp lực không đáng có này nữa." Trong những dòng nhật ký sau ca trực, anh đều lấy sự lạc quan làm đầu để giúp mình và đồng đội vượt qua.

"Sáng ngày 2 tháng 9 năm 2021, nếu không có SARS-COV-2, có lẽ ở Lệ Thủy đều đang hân hoan tổ chức đua thuyền, người ta gọi đó mới là Tết của người Lệ Thủy, cũng giống như rằm Tháng Ba ở trên Minh Hóa vậy.

... Chưa bao giờ nỗi nhớ gia đình lại gần đến thế, anh em tụi tôi ai cũng hiểu lần này xa nhà đi vào cái chốn nguy hiểm cận kề, mỗi lần ngoáy mũi làm xét nghiệm là mỗi lần hồi hộp. Sợ chứ, sợ dương tính cái rồi biết nói thế nào với mọi người ở nhà, rồi lỡ có làm sao, làm sao..."- Nhật ký Tuấn viết.

Bác sĩ Tuấn và các đồng nghiệp không quên câu chuyện

xúc động của vợ chồng bác sĩ Nguyễn Trung Nghĩa (khoa Phẫu thuật cấp cứu bụng) và nữ điều dưỡng Trần Thị Thúy Ngần (khoa Phẫu thuật thần kinh I), Bệnh viện Việt Đức. Dù con còn rất nhỏ, nhưng khi có tin phát động tình nguyện đi chống dịch tại TP Hồ Chí Minh, vợ chồng đều lập tức đăng ký. "Mình cùng đi được không bố… Hay mỗi người đi một đợt. Em thực sự muốn đi, muốn giúp sức nhỏ bé của mình."

Đây là những dòng tin nhắn ngắn khiến nhiều người xúc động. Hay đó là chuyện của một nam bác sĩ nhà neo người, bố mẹ đều bệnh trọng, vợ ở nước ngoài, nhưng vẫn quyết tâm thuyết phục lãnh đạo để được đi đợt đầu. Trong các nhóm thông tin của các bệnh viện khi đó, liên tục các tin nhắn xin đi vào miền nam, thực sự là những liều thuốc tinh thần rất lớn động viên các chiến sĩ áo trắng ở tuyến đầu chống dịch Corona Virus.[41]

3.11. THƯ CẢM ƠN CÁC THIÊN THẦN BLOUSE TRẮNG

Khoa Bệnh Lây Đường Hô Hấp và Hồi Sức (A4C) nhận được một bức thư do một người bệnh chia sẻ với nội dung như sau:

"Trong thời gian điều trị ở đây, tôi rất cảm động và mang ơn vì được ban lãnh đạo khoa quan tâm, hết lòng điều trị cho tôi cũng như các bệnh nhân khác, đúng là thầy thuốc như mẹ hiền. Tôi xin gửi tới các thầy thuốc lời cảm ơn chân thành và lời chúc sức khoẻ tới các thầy thuốc

41. Cuộc Tiếp Sức Về Nhân Lực Lớn Chưa Từng Có. https://special.nhandan.vn/Covid19tpHCM_canuocchivien/index.html

cùng gia đình. Mong các thầy thuốc thật mạnh khoẻ để mang lại sức khoẻ và cuộc sống cho nhân dân, trong đó có gia đình tôi… Tôi không bao giờ quên được những ngày điều trị ở đây.

"Có tiếp xúc mới có nhận thức."

"Có vào viện nằm chữa bệnh, mới biết được các thầy thuốc vất cả cứu chữa bệnh nhân như thế nào?"

Một lần nữa, xin gởi đến tất cả thầy thuốc, các cán bộ, y tá, hộ lý, nhà ăn, vv… lời cảm tạ chân thành nhất. Tôi không bao giờ quên được những ngày điều trị ở đây." (Đỗ Thị Huê, Hà nội, ngày 20-5-2022)

Bức thư tri ân với nét chữ mộc mạc nhưng chứa đầy cảm xúc, lòng biết ơn của người bệnh gửi tới đội ngũ nhân viên Khoa Bệnh Lây Đường Hô Hấp và Hồi Sức thực sự đã chạm tới trái tim của những nhân viên y tế tại đây.

Đối với những người thầy thuốc, không niềm vui nào vui hơn bằng khi điều trị thành công, chữa khỏi bệnh tật, mang lại sức khoẻ cho bệnh nhân. Tuy đã nhiều lần nhận được thư cảm ơn từ người bệnh và gia đình người bệnh, nhưng mỗi lần nhận thư, chúng tôi lại có một cảm xúc đặc biệt khác nhau. Đây là nguồn động lực vô giá đến với cán bộ nhân viên bệnh viện.[42]

42. Điều dưỡng Nguyễn Thu Hoài, Thư Cảm Ơn Người Chiến Sĩ Áo Trắng, Khoa Bệnh lây đường hô hấp và hồi sức (A4C), 2022. http://benhvien108.vn/thu-cam-on-nguoi-chien-si-ao-trang.htm

3.12. CHIẾN BINH "SIÊU NHÂN XANH" THỜI BÌNH

Ngày 01/10/2021

Những tháng vừa qua đại dịch COVID-19 bùng lên ở nhiều tỉnh thành, Bình Dương cũng là tỉnh có số ca mắc bệnh nhiều. Không ngại nguy hiểm, khó khăn, cô Trúc đăng ký làm tình nguyện viên tham gia nhập liệu, hỗ trợ lấy mẫu,... dù bản thân vẫn đang học Liên thông Đại học với hình thức học Online.

Có lần trò chuyện với cô Trúc, tôi cảm nhận được cái tâm của cô trong công tác phòng chống dịch. Hôm nào cô có lịch học Online thì cô học, có thời gian rảnh cô nấu sữa bắp, nước mát tặng các chốt kiểm soát trên địa bàn phường Phú Mỹ. Hôm nào không có lịch học là cô lại vác balo đi đến hỗ trợ trực chốt kiểm tra, hỗ trợ nhập liệu. Có hôm nhìn cô như "chú chim cánh cụt" trong bộ đồ bảo hộ để hỗ trợ lấy mẫu Test nhanh. Tưởng chừng người cán bộ đoàn có thân hình nhỏ nhắn ấy sẽ rất yếu đuối, nhưng không... những ngày dịch bùng phát mới thấy người cán bộ đoàn ấy mạnh mẽ nhường nào.

Với tinh thần lạc quan và sống có trách nhiệm với cộng đồng, người con gái bé nhỏ ấy tưởng chừng như trở thành một anh hùng vĩ đại của cuộc chiến sinh tử chống lại đại dịch COVID-19. Có những lúc nhìn em mệt mỏi trong bộ đồ bảo hộ, ai cũng không khỏi chạnh lòng. Trao đổi với mẹ em về việc em đi tình nguyện, cô cũng không khỏi lo lắng, cô chia sẻ: "Lo lắm chứ con! Em nó đi như vậy cô cũng lo lắm, cái con Coronavirus này mình đâu có nhìn thấy nó đâu, nó dễ lây, nên lo em nó đi không cẩn thận chút xíu thôi là bị lây liền. Có khi thấy em nó soạn đồ đi, là cô la cản không cho đi. Kiểu như mình xót con mình la, mà la thì la vậy thôi, chứ em nó muốn đi tình nguyện, mình cũng đâu cản được. Lo nhưng mình mừng, vì con nó sống có trách nhiệm và biết chia sẻ với cộng đồng." Dù em xông pha vào trận chiến nguy hiểm này, nhưng mỗi lần nhắn tin đều nhận được những năng lượng tích cực từ em. Chỉ dặn em đi cẩn thận, ráng kĩ kĩ một chút để bảo vệ bản thân thôi.

Cô Trúc tham gia hỗ trợ tiêm vaccine

Cảm ơn em cô giáo bé nhỏ, cô đoàn viên trẻ mang trong mình trái tim tình nguyện đầy nhiệt huyết, cảm ơn em vì tấm lòng cao thượng, và cảm ơn em vì tất cả, em nhé! Chúc em và các chiến sĩ tuyến đầu nhiều sức khoẻ để chiến thắng đại dịch COVID-19.[43]

43. Nguyễn Thị Thu Nghiệp, Chiến Binh "Siêu Nhân Xanh" Thời Bình, Giáo viên trường THCS Phú Mỹ.
https://thudaumot.binhduong.gov.vn/chi-tiet?id=ART210900000025

3.13. THƯƠNG EM - NGƯỜI GIAO THUỐC MÙA DỊCH

Ngày 24/09/2021

Không ngại nguy hiểm, khó khăn, em Nguyễn Hoàng Phát đăng ký tham gia vào đội phản ứng nhanh, hỗ trợ trao quà cho người dân và công nhân khó khăn do ảnh hưởng của dịch. Trong khi bạn và gia đình chống dịch an toàn tại nhà và được sự quan tâm của người thân, thì đội ngũ y bác sĩ, tình nguyện viên như Phát đang phải chống chọi ngày đêm, vượt qua khoảng thời gian kinh khủng F0 này.

Ban ngày, em Phát hỗ trợ trao quà, đến tối lại tham gia vào đội phát thuốc tại bệnh viện dã chiến số 4 (Bình Dương). Em lặng lẽ qua từng khu đến từng giường bệnh phát thuốc, cũng như hỏi thăm tình hình sức khỏe hiện tại của các bệnh nhân. Sự nguy hiểm của đại dịch không làm em chùn bước và ngần ngại. Cống hiến sức trẻ vượt qua dịch bệnh sẽ là thời gian chứng minh tuổi trẻ đáng giá.

Một mùa hè tình nguyện đáng nhớ cho thanh niên, đoàn viên. Với tinh thần lạc quan và sống có trách nhiệm với cộng đồng, có những lúc nhìn em mệt mỏi trong bộ đồ bảo hộ ai cũng không khỏi chạnh lòng. Dù em tham gia vào trận chiến nguy hiểm này, nhưng vào những giờ giải lao, em luôn mang tiếng cười, truyền năng lượng đến cho tất cả mọi người.

Nhưng không may, một ngày gần đây em nhận được kết quả mình dương tính, bị phơi nhiễm Coronavirus. Có chút buồn vì bản thân đã cẩn thận hết sức nhưng em không hối hận.

Mặc dù, biết mình bị nhiễm, nhưng em vẫn luôn lạc quan, vui vẻ. “Em rất vui vì mình đã cống hiến được một phần sức trẻ của mình cho mọi người, cho cộng đồng" và nhắn nhủ mọi người đừng lo, em rất khỏe và nhất định em sẽ hết bệnh để tiếp tục "tác chiến" với mọi người.

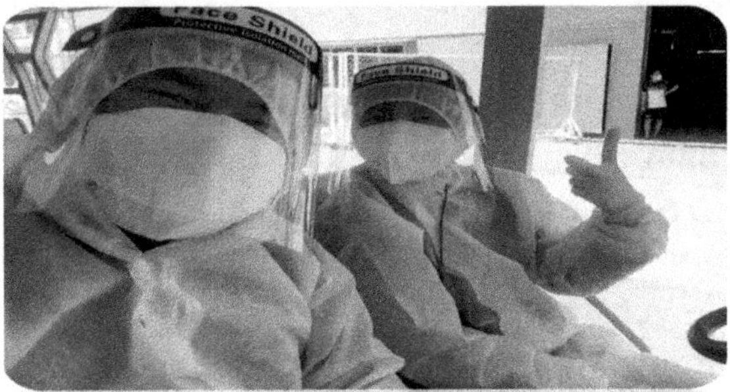

Hình 2-Tham gia phục vụ khu bệnh viện dã chiến số 4

Cảm ơn em, người đoàn viên trẻ mang trong mình trái tim tình nguyện đầy nhiệt huyết. Cảm ơn em vì tấm lòng cao thượng, sự lạc quan đáng quý. Chúc em mau chóng hết bệnh và các chiến sĩ tuyến đầu nhiều sức khỏe để chiến thắng đại dịch. Mong mọi người giữ gìn sức khỏe, thực hiện tốt các biện pháp phòng chống dịch Covid-19 để nhanh chóng đẩy lùi dịch bệnh, đưa cuộc sống chúng ta trở về trạng thái "bình thường mới."[44]

3.14. CẢM ƠN NHỮNG NGƯỜI HÙNG THẦM LẶNG

Cám ơn dân quân tham gia phục vụ tại các khu cách ly, bệnh viện dã chiến, bệnh viện điều trị Covid-19, khu phong tỏa, chốt kiểm soát dịch…

Hơn 70 nghìn tình nguyện viên là đoàn viên thanh

44. Võ Mai Thy, Ranh Giới Mong Manh Và Tình Người, Trường THCS Phú Mỹ. https://thudaumot.binhduong.gov.vn/chi-tiet?id=ART210900000125

niên, sinh viên, doanh nhân, các nhà sư, nghệ sĩ, cán bộ công chức thành phố đã lăn xả cung cấp lương thực, thực phẩm, hỗ trợ f0 tại nhà, hỗ trợ gia đình có người mất, nấu các suất ăn phục vụ hàng chục bệnh viện, khu phong toả, giúp người nghèo vô gia cư… , từ thực hiện công tác chuyên môn trong phòng, chống dịch Covid-19 đến công tác bảo đảm an sinh, xã hội… được nhân dân ghi nhận, đánh giá cao.

Trong ngày tri ân lực lượng y tế chống dịch tại Hà Nội vào cuối tháng 10 tại Hà Nội, Bí thư Thành ủy TP Hồ Chí Minh Nguyễn Văn Nên xúc động nói: "Nếu như trong quân đội, lần chi viện cho TP Hồ Chí Minh chống dịch là cuộc huy động lực lượng lớn nhất hơn 40 năm qua từ sau Chiến tranh biên giới Tây Nam thì ngành y tế cũng huy động lực lượng cán bộ chi viện lớn chưa từng có. Không có lời nào có thể nói hết được sự hy sinh ấy. Dù chỉ là âm thầm lặng lẽ trên từng trận tuyến, nhưng nhân dân chúng tôi đều thấy được ngành y tế đã kề vai, sát cánh, đồng cam cộng khổ vượt qua khó khăn thử thách. Lịch sử sẽ ghi lại những hy sinh vất vả của các chiến sĩ áo trắng trong cuộc chiến chống dịch chưa có trong tiền lệ này."[45]

Ở thành phố Thủ Dầu Một, tại các Khu cách ly, bệnh viện dã chiến, nơi mà nguy cơ lây nhiễm lên đến mức "đỉnh điểm", trong bộ đồ bảo hộ ngột ngạt dường như không có chỗ thở, đội ngũ y bác sĩ, chiến sĩ, tình nguyện viên vẫn ngày đêm miệt mài, dốc hết sức lực, thậm chí quên đi sức khoẻ của bản thân mình để bảo vệ cho sự bình yên của nhân dân.

Hàng ngày chứng kiến hình ảnh các y bác sĩ ngất đi vì

45. Cả nước dồn sức chi viện cho Miền Nam. https://special.nhandan.vn/Covid19tpHCM_canuocchivien/index.html

kiệt sức, đôi bàn tay không còn nhận ra nữa, vì bị rộp khô ran, những vết hằn trên gương mặt do đeo khẩu trang y tế quá lâu, thông tin về những ngày họ làm việc xuyên ngày trắng đêm, ăn không đúng bữa, ngủ tính từng giây, toàn cơ thể rã rời và ướt sũng trong bộ đồ bảo hộ, da sạm đi, mắt thâm quầng vì thiếu ngủ, những bữa cơm hộp, cơm phần ăn vội ngay ở phòng trực trong bệnh viện dã chiến...thật không khỏi xót xa.

Nhưng tất cả đều không rời trận tuyến bởi một điều giản dị: Các anh, các chị, các bác là lương y, niềm tin cậy của người bệnh; sự níu kéo cuối cùng của ranh giới mong manh giữa sự sống và cái chết… Tất cả chỉ biết kiên cường chiến đấu, bám sát và không rời "trận tuyến" – một trận tuyến với kẻ thù Coronavirus vô hình.

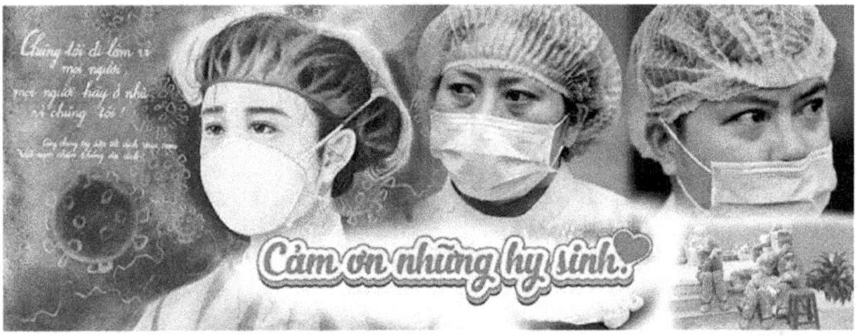

Xin gửi những lời cảm ơn chân thành và những lời chúc tốt đẹp nhất đến toàn thể cán bộ y bác sĩ, nhân viên y tế nhiều sức khỏe, tiếp tục lan tỏa tinh thần lương y như từ mẫu, phát huy tài năng, trình độ chuyên môn để chăm sóc, chữa trị tốt nhất cho người bệnh, góp phần cùng các tỉnh, thành, phía Nam đẩy lùi, khống chế và dập tắt dịch bệnh, sớm trở về với gia đình. Chúng ta nhất định sẽ chiến thắng đại dịch Covid -19, sẽ chiến thắng bằng được.

"Xin Cảm ơn các bác sĩ, những người không thấy mặt

nhưng yêu thương kết nối sẽ không thể quên"

"Stay home - Stay safe."

"Good bye Corona Virus!"[46]

3.15. NGƯỜI GỐC VIỆT VÀ CÁI NGHĨA ÂN TÌNH MỘT NĂM SỐNG CÙNG COVID-19

Ngày 1 tháng 1, 2021

WESTMINSTER, California (NV) – Một năm dài đăng đẳng, cộng đồng gốc Việt ở Little Saigon, miền Nam California, phải sống cùng đại dịch COVID-19. Ban đầu không ai nghĩ đại dịch sẽ kéo dài và ngày càng tồi tệ hơn, khiến cuộc sống sinh hoạt đảo lộn tất cả. Nhưng "đường dài mới biết ngựa hay," từ những khó khăn đó, những người gốc Việt dù không biết nhau nhưng tự tìm đến nhau, bảo bọc nhau.[47]

Dịch COVID-19 bắt đầu từ những ngày đầu Tháng Mười Hai của năm 2019, ở thành phố Vũ Hán thuộc tỉnh Hồ Bắc của Trung Quốc. Vào ngày 8 tháng Mười Hai, một bệnh nhân ở Vũ Hán đến bệnh viện để được chăm sóc vì có triệu chứng như viêm phổi. Đến cuối Tháng Mười Hai, các bệnh viện ở tỉnh Hồ Bắc báo cáo có bốn bệnh nhân bị bệnh với triệu chứng viêm phổi này.

---

46. Huỳnh Ngọc Yến Linh, Cảm Ơn Những Người Hùng Thầm Lặng, Trường THCS Phú Mỹ https://thudaumot.binhduong.gov.vn/chi-tiet?id=ART210900000080

47. Quốc Dũng & Đằng-Giao & Thiện Lê/Người Việt, Người Gốc Việt và Cái Nghĩa Ân Tình Một Năm Sống Cùng Covid-19. https://www.nguoi-viet.com/little-saigon/littlesaigon-phong-su/nguoi-goc-viet-va-cai-nghia-an-tinh-mot-nam-song-cung-covid-19/

Đến đầu Tháng Giêng, 2020, chính quyền địa phương công bố chợ hải sản Hoa Nam ở Vũ Hán là nguồn gốc của dịch bệnh mới, và Trung Quốc thông báo cho Tổ Chức Y Tế Thế Giới (WHO) vài ngày sau đó.

Trong lúc này, Hoa Kỳ chưa có ai nhiễm COVID-19 cho đến Ngày 21 Tháng Giêng. Người nhiễm đầu tiên là một ông sống ở tiểu bang Washington, vừa du lịch ở Vũ Hán về.

Nhóm Phật tử đạo tràng chùa Viên Minh ủng hộ 200 phần ăn trưa và 200 khẩu trang y tế cho bệnh viện Orange Coast Memorial. (Hình: Văn Lan/Người Việt)

Các sinh hoạt Little Saigon, cũng như California, vẫn diễn ra bình thường. Cộng đồng gốc Việt ở Little Saigon đang bận bịu đón Tết, và có thể nói vui hơn mọi năm vì năm 2020 có đến hai diễn hành Tết.

Tết Canh Tý 2020 có diễn hành trên đại lộ Bolsa thuộc thành phố Westminster vào ngày Mùng Một Tết, tức 25 Tháng Giêng, có hàng ngàn người đến xem. Qua ngày Mùng Hai, 26 Tháng Giêng, Little Saigon, có diễn hành thứ hai trên đường Westminster, thuộc thành phố

Garden Grove.

Trong lúc này, Orange County có người nhiễm COVID-19 đầu tiên, là một ông trong độ tuổi 50. Đây là trường hợp thứ ba ở Hoa Kỳ. Đến đầu tháng Ba, California, tuyên bố tình trạng khẩn cấp y tế cho toàn tiểu bang vì dịch COVID-19. Tại thời điểm này, California đã có 36 ca nhiễm COVID-19 và cả nước Mỹ chỉ mới có 158 ca.

Bắt đầu từ đây, cư dân ở khắp tiểu bang hoang mang, lo tích trữ giấy vệ sinh, khăn ướt khử trùng, nước rửa tay, nước uống, thực phẩm và những thứ cần thiết khác. Các chợ, siêu thị và nhất là trung tâm bán sỉ Costco đều hết sạch giấy vệ sinh và cả các loại thực phẩm đóng hộp, cư dân Little Saigon xếp hàng dài cả block đường để vào được chợ.

Các doanh nghiệp nhỏ của địa phương cũng bắt đầu gặp nhiều khó khăn. Nhà hàng, tiệm ăn không có khách đến. Sau đó là các tiệm nail và tiệm tóc, hai nghề có nhiều người gốc Việt làm, cũng không có khách. Lý do nhiều người không muốn đến tiệm nail hay tiệm tóc là vì phải cho người khác chạm vào mình, dễ tăng nguy cơ nhiễm COVID-19.

Tình người trong đại dịch

Đến ngày 19 Tháng Ba, Thống Đốc Gavin Newsom của California ra "lệnh ở nhà" cho hơn 40 triệu dân của toàn tiểu bang. Dưới lệnh, chỉ có những cơ sở được coi là "tất yếu" được phép mở cửa.

Vì vậy, nhà hàng, tiệm nail và tiệm tóc ở Little Saigon phải đóng cửa. Lúc này, các nhà hàng vẫn được làm việc, nhưng không được cho khách vào ăn, chỉ được giao thức ăn hay bán cho khách mua mang về. Bà Quốc Nguyễn, chủ nhân hệ thống Phở 86, Garden Grove, cho biết: "Khách giảm đi đáng kể, phải trên 50%. Theo lệnh chung nên tiệm chỉ bán to-go. Giờ bán hàng cũng thay đổi. Lúc trước, tiệm mở cửa từ 5 giờ sáng đến 10 giờ tối. Giờ thì mở từ 8 giờ sáng đến 8 giờ tối thôi."

Bà Liên Nguyễn, chủ tiệm Phở Lú, Garden Grove, tâm sự: "Chúng tôi vẫn mở cửa bình thường, nhưng không cho khách ngồi trong tiệm được. Mấy hôm nay chúng tôi mất rất nhiều khách, chỉ bán to-go lai rai vậy thôi."

Dịch COVID-19 khiến nhiều bệnh viện và các cơ sở y tế ở Mỹ thiếu khẩu trang, quần áo bảo hộ, nước sát trùng, và nhiều thiết bị y tế khác. Hiểu được tình cảnh này, nhiều người gốc Việt đã sử dụng thời gian rảnh khi tuân thủ "lệnh ở nhà" để may khẩu trang tặng nhân viên y tế, bệnh nhân trong các bệnh viện.

Ông John Ngô, chủ tịch công ty Whale Spa & Skyline Beauty Supply, đích thân khuân vác tặng phẩm. (Hình: Đằng-Giao/Người Việt)

Chị Trinh Phí, vốn là một nhân viên bán bảo hiểm, nay cùng các con ở nhà cắt vải, cho biết: "Tôi được hướng dẫn rằng chỉ cần mua loại vải 100% cotton là được. Chúng tôi đi mua vải về rồi cắt ra sau đó đưa cho ai biết may để làm giúp. Chúng tôi chọn loại vải kẻ để dễ cắt thẳng vải, các loại vải khác mình cắt không quen dễ bị lẹm."

Chị Trinh Phí cho biết, người khởi xướng nhóm của chị là chị Kiều Dung, thuộc Gia Đình Phật Tử Huệ Quang, và chị Uyên Trang, thuộc Gia Đình Phật Tử Phổ Đà, đều ở thành phố Santa Ana.

Chị Uyên Trang là một kỹ sư về nhu liệu điện toán, cư dân Cypress, cho biết: "Xuất phát từ thỉnh nguyện của một y tá tại bệnh viện San Diego cần khẩu trang, chúng tôi đã cùng nhau mua vải về cắt và nhờ các gia đình biết may làm theo website hướng dẫn của Trung Tâm Phòng Ngừa Dịch Bệnh Mỹ (CDC)."

Trưa Thứ Ba, 31 Tháng Ba, ông John Ngô, chủ tịch công ty Whale Spa & Skyline Beauty Supply, tặng bệnh viện MemorialCare Orange Coast Medical Center tại Fountain Valley 45.000 khẩu trang và 280.000 găng tay.

Cùng lúc, nhóm anh em nghệ sĩ gồm Mai Định, Doanh Huỳnh, Quốc Khanh và Nguyên Khang cũng tặng cho các nhà thương quanh vùng khoảng 40.000 khẩu trang y tế bằng vải cotton 100%.

Anh Mai Định nói: "Phải bằng vải cotton 100% thì bệnh viện mới có thể sát trùng một cách hữu hiệu và giặt giũ để dùng lại nhiều lần."

Bà Trần Ngọc Liên pháp danh Quảng Diệu Hiện, cư dân Santa Ana, nay đã về hưu, thuộc nhóm Thiền Sinh Sợi Nắng, cho biết sau khi cơn dịch lên cao điểm, bà đi kiếm mua khẩu trang đều hết sạch, nên: "Lúc trước tôi cùng cả nhóm tham gia việc may khẩu trang y tế ủng hộ cho các bệnh viện ở Irvine, tuy nhiên vì lớn tuổi chậm chạp sợ ảnh hưởng cho cả nhóm, nay tôi chỉ may khẩu trang theo số ít cho bạn bè, bà con trong gia đình."

Xưởng in BNSONS ở thành phố Orange tổ chức may khẩu trang và một số dụng cụ y tế như tấm che mặt (face shield) và bộ đồ bảo hộ cá nhân (personal protective equipment – PPE). Việc này do Linh Mục Nguyễn Hoài Chương ở New York cùng nhóm Bút Nhóm Lửa Việt thực hiện chiến dịch "Mask Save Lives" (tạm dịch "Khẩu Trang Cứu Sinh Mạng").

Ông Sơn Nguyễn, chủ xưởng in BNSONS, cho biết: "Tôi biết Cha qua các hoạt động từ thiện và làm việc với Ông được mấy năm rồi. Cha lúc nào cũng lo cho những người dễ gặp nguy hiểm. Vì vậy, công ty của tôi đang vắng việc trong thời buổi này và quyết định giúp Cha trong những gì mình có thể làm được."

Ông còn nói xưởng BNSONS chuyên in đủ thứ, từ in bảng cho các siêu thị đến in áo thun, nên cho rằng chuyện giúp Linh Mục sản xuất các vật dụng y tế không có gì khó.

Chùa Viên Minh ở Garden Grove dù đang gặp khó khăn do bị cháy vào tối Mùng Một Tết Kỷ Hợi, tức ngày 5 Tháng Hai, 2019, nhưng trong đại dịch, chùa đã đến bệnh viện Orange Coast Memorial Hospital, Fountain Valley, để hiến tặng 1.500 khẩu trang và 800 phần ăn trưa đến các vị y bác sĩ, các y tá tại bệnh viện.

Cô Hoa Ngô, pháp danh Từ Cơ, trưởng nhóm của đạo tràng chùa Viên Minh, cho biết phái đoàn đã đến các bệnh viện tại Orange County, như Fountain Valley Hospital, Garden Grove Nursing Home, Orange Coast Memorial

Hospital để "xin đóng góp một tay, tỏ chút lòng tri ơn đến các vị y bác sĩ, y tá đã hy sinh, luôn đứng trong tuyến đầu để dành lại sự sống cho bệnh nhân."

Nối dài những tấm lòng thơm thảo

Đến ngày 23 Tháng Năm, các nhà hàng ở Little Saigon được mở cửa lại để khách ngồi ăn bên trong, nhưng phải tuân theo các quy định như giảm số người trong tiệm xuống khoảng một nửa, và không được để gia vị, khăn giấy trên bàn, phải làm thực đơn xem xong một lần rồi bỏ.

Vào ngày 26 Tháng Năm, Thống Đốc Newsom cho phép các tiệm tóc khắp tiểu bang mở cửa lại, nhưng vẫn chưa cho phép tiệm nail hoạt động lại. Mãi đến ngày 19 Tháng Sáu, các tiệm nail mới được mở cửa lại.

Ông Travis Vũ, chủ tiệm TravisVu The Salon ở Fountain Valley, làm tóc cho khách ngoài trời hồi cuối Tháng Bảy. (Hình: Thiện Lê/Người Việt)

Nhưng rồi đại dịch càng lan rộng, đến ngày 1 Tháng Bảy, các nhà hàng ở Little Saigon phải dời bàn ăn ra ngoài trời, không cho khách ngồi bên trong nữa. Tiệm tóc và tiệm nail cũng không ngoại lệ, ngày 20 Tháng Bảy phải làm việc ngoài trời.

Ông Travis Vũ, chủ tiệm TravisVu The Salon ở Fountain Valley, chia sẻ: "Tôi nghe cũng sốc lắm, nhưng cũng phải ráng làm việc thôi. Trong khoảng thời gian 'lockdown' (đóng cửa) này, đâu ai muốn mình không đẹp đâu, nên chúng tôi phải làm ngoài trời vì ai cũng cần tiền để trả bill."

Vào ngày 8 Tháng Chín, California cho phép các nhà hàng ở Orange County tiếp khách trong tiệm lại vì quận hạt chuyển từ Bậc Tím (COVID-19 lây lan rộng khắp) sang Bậc Đỏ (lây lan đáng kể). Các nhà hàng được cho khách vào trong với 25% sức chứa của tiệm, và những chỗ lớn thì không được quá 100 người. Trong lúc này, nhà hàng vẫn tiếp tục cho khách ăn ngoài trời.

Cho đến Tháng Mười Hai, Hoa Kỳ đang có hơn 19 triệu người nhiễm COVID-19 và hơn 330.000 người tử vong. California thì có hơn 2 triệu người nhiễm và gần 24.000 người chết.

Đến ngày 3 Tháng Mười Hai, Thống Đốc Newsom công bố lệnh ở nhà mới, sẽ có nhiều hạn chế như hồi Tháng Ba. Lệnh này có hiệu lực vào tối Thứ Sáu, Tháng Mười Hai cho đến hết năm 2020.

Mọi thứ dồn dập xảy đến nhưng không khuất phục được ý chí và tấm lòng thơm thảo của biết bao người gốc Việt.

Từ khi ngành nail tại California bị đình trệ vì COVID-19, nguồn thu nhập của cô Lê Quỳnh Nhi, một chuyên viên nail, bị cắt đứt hầu như hoàn toàn. Nhưng điều đó không gì cản cô làm việc thiện.

Trường hợp của cô rất trớ trêu. Vừa sang một tiệm nail, cũng ở Newport Beach hồi Tháng Hai, cô phải trả tiền đất mỗi tháng $6.000. “Hằng tháng, vừa mất tiền lương vừa phải mất $6.000 ‘tiền hụi chết,’ hoàn cảnh của gia đình tôi trở nên khó khăn,” cô nói. “Tôi sống một mình với hai đứa con.”

Tiệm cô mới sang có tên là Darling Studio, vừa nhận làm nail, vừa nhận làm lông mi. “Cùng với một ‘partner,’ tôi bỏ ra mấy chục ngàn đô la sang tiệm. Chưa kịp làm gì thì California bị đóng cửa,” cô nói.

“Trước khi sang, chúng tôi biết rằng muốn cho tiệm được hoàn chỉnh trước khi mở cửa đón khách thì phải bỏ ra khoảng $80,000 nữa,” cô cho biết. Dù rằng chính phủ có nhiều chương trình giúp đỡ giới tiểu thương, nhưng cô không thuộc diện được cứu xét.

Xe nối nhau chờ nhận thức ăn do hai mẹ con, bà Trang Huỳnh, chủ tiệm Bodhi Tree, và anh Việt Trần, chủ tiệm The Recess Room, cung cấp. (Hình: Phan Tấn Kiều cung cấp)

Thế nhưng, cô Lê Quỳnh Nhi, thay vì ngồi nhà than vắn thở dài, lo âu cho đời sống ba mẹ con mình, lại xắn tay áo bỏ tiền túi ra mua vải về may khẩu trang cho bạn bè và mua thức ăn về nấu cho nhân viên bệnh viện quanh Little Saigon từ tiền "COVID-19 stimulus (kích thích kinh tế)" do liên bang trợ cấp.

Khẩu trang cô may luôn nói lên lòng quan tâm đến "mốt," đến "fashion." Cô chia sẻ: "Dĩ nhiên khẩu trang là để giữ vệ sinh công cộng, nhưng tôi nghĩ nếu nó đẹp mắt, nếu nó dễ nhìn thì khi đeo vẫn thấy thích hơn. Cái nào hợp với quần áo thì lại hay hơn nữa."

Từ trước khi có dịch COVID-19, cô vẫn cung cấp thực phẩm nóng hổi cho người vô gia cư. Nhưng trong thời gian khó khăn này, cô nấu thức ăn cho cả người nghèo lẫn những chiến sĩ tuyến đầu (nhân viên y tế, bác sĩ, y tá…). Những món cô làm là heo quay kho nước dừa, cơm chiên, bò kho, cà ri, mì xào, mì xá xíu, chả giò…

Chỉ trong ba tháng, từ Ngày 19 Tháng Ba khi California có lệnh đóng cửa, thì anh Việt Phạm, đồng chủ nhân nhà hàng The Recess Room ở Fountain Valley, cùng mẹ là bà Trang Huỳnh, chủ tiệm ăn chay Bodhi Tree ở Huntington Beach, đã phân phát trên 10.000 phần ăn nóng cho bất cứ ai cần quanh Little Saigon.

Mỗi Chủ Nhật, hai mẹ con anh Việt hoàn tất khoảng 700 phần ăn. The Recess Room chuyên nấu thức ăn mặn, Bodhi Tree chuyên nấu món chay và phần ăn họ cung cấp có mặn, có chay, tùy theo tuần. Anh Việt thêm: "Chay hay mặn, chúng tôi đều thay đổi liên lục để người ăn không ngán."

Các món chay bà Trang làm là bún mắm thái, cơm bì chả, cơm kho thập cẩm và các món mặn của anh Việt là cơm với gà rô ti, xá xíu, rau xào thập cẩm, gà nướng, cà tím kho gà…

Bà Trang nói: "Tôi biết rất nhiều người không quen ăn chay, nên những món tôi làm đều ngon miệng và đầy đủ dinh dưỡng không khác chi món mặn hết."

Tuy nhiên, tâm nguyện của họ không chỉ là cung cấp chất bổ mà thôi. "Chúng tôi muốn những món ăn này không những làm no bụng người ta mà còn cung cấp tình thương cũng như sự quan tâm để làm ấm lòng và bồi bổ tinh thần cho mọi người," anh Việt tâm sự. "Tinh thần có vui vẻ thì người ta mới trở nên người hữu ích cho xã hội được."

"Chúng tôi chào đón mọi người, không phân biệt tuổi tác hay tình trạng tài chánh," anh Việt nói. "Từ người già không có con cái săn sóc tới học sinh không có tiền ăn trưa tới những người thất nghiệp. Ai muốn đến cũng được."

Một điều đặc biệt hơn nữa là hai mẹ con anh Việt không chỉ muốn giúp đỡ người cần thiết trong thời gian này, lúc cộng đồng đang bị ảnh hưởng COVID-19 mà thôi. "Chúng tôi muốn tiếp tục làm hoài chương trình này vì nhu cầu cần được giúp đỡ của những người thiếu thốn sẽ không bao giờ chấm dứt," anh Việt cho biết. (Quốc Dũng & Đằng-Giao & Thiện Lê)

3.16. CHÙA HƯƠNG SEN GÓP TAY HỖ TRỢ BÀ CON VÙNG MIỀN NAM CALIFORNIA

Covid làm ngưng trệ mọi sinh hoạt nhưng qua mạng lưới internet, facebook, youtube, email, chúng ta đều có thể sinh hoạt, truyền đạt thông tin, đáp ứng nhu cầu tôn giáo, nhất là trong mùa đại dịch Covid-19, giãn cách xã hội, hạn chế giao tiếp gặp nhau.

Internet là phương tiện truyền thông, diễn đàn Phật giáo tốt nhất, nhanh nhất, hữu dụng nhất, để nối kết Tăng

Ni và Phật tử với nhau. Chỉ ngồi yên một chỗ trong phòng hay nơi cách ly, chúng ta vẫn tụng kinh, trì chú, ngồi thiền, nghe pháp ở đạo tràng online được.

Chư Ni Chùa Hương Sen, thành phố Perris, miền Nam California, cùng nhiều chùa khác, mỗi ngày đều hướng dẫn Phật tử tu tập tâm linh trên zoom. Ni sư Giới Hương đã nhanh chóng thành lập một kênh truyền thông Phật Pháp Ứng Dụng trên Youtube, Facebook, Fanpage "Hương Sen" để kết nối với đại chúng, nên dù "cách xa khoảng cách, nhưng nối vòng tay lớn, gặp nhau, gần nhau, trên zoom mỗi ngày."

Mỗi ngày từ 5-6g chiều, rất nhiều đề tài pháp thoại do Ni sư Thích Nữ Giới Hương chia sẻ trọn hai năm (từ đầu tháng 1 năm 2020 cho đến cuối năm 2022). Vô số đề tài phong phú, đa dạng, thực tiễn như thông tin đại dịch cập nhật hàng ngày, tình người giữa bão Coronavirus, Mật Tông, Tịnh Độ, Thiền Tông, các chuyện nhân quả trong đời sống hàng ngày, kinh Pháp Cú, Hiền Ngu, kinh Hoa Nghiêm, Lăng Nghiêm, Lăng Già… Cuối của mỗi bộ kinh, Ni sư Giới Hương còn tổ chức thi viết online phần ứng dụng, để Phật tử tập trung và kết nối kinh Phật vừa học, ứng dụng trong đời sống hàng ngày, nhất là trong bối cảnh đại dịch Covid-19.

Buổi tối 7-8g là giờ trì chú và tụng kinh online, cầu an cho các bệnh nhân và cầu siêu cho các người chết vì đại dịch virus SARS-CoV-2 hay các nhân duyên khác. Nhờ sự tu tập xuyên xuốt, mỗi ngày không bị xao lãng, chánh niệm trì tụng kinh Phổ Môn, Dược Sư, Thủy Sám, Lương Hoàng Sám… thực tập lời Phật dạy, nên mỗi Phật tử phòng dịch dễ dàng và yên ổn tu tập thăng tiến mỗi ngày thấy rõ tại nhà của mình mà không cần đến chùa hay đạo tràng trong mùa dịch.

Với nhiều đề tài thực tiễn trên kênh Phật Pháp Ứng Dụng Online nhằm hướng dẫn, giảng giải, an ủi, chia xẻ những kinh nghiệm về Phật pháp, về tâm linh, cung cấp những thông tin, tài liệu, sách báo cần thiết, khuyến khích, nâng đỡ, an ủi tinh thần cho những người hàng ngày theo dõi kênh truyền thông của chùa Hương Sen, để vun quén thêm niềm tin vào Phật pháp, khiến họ không cảm thấy bị chán nản, lo sợ, cô lập, cô đơn, rơi vào trầm cảm, tiêu cực, muốn tự tử. Ngược lại, họ trở nên mạnh mẽ, dấn thân, tích cực, năng nỗ, tu tập nhiều hơn, để chuyển hóa biệt nghiệp và cộng nghiệp.

Bên cạnh việc bố thí pháp hữu ích và kịp thời như trên, chư tôn đức Tăng Ni vùng miền Nam California và các vùng khác thể hiện hạnh từ bi san sẻ tài thí, cùng đồng hành với nỗi khó khăn thiếu thốn của người dân trong mùa dịch. Nhiều chùa Việt Nam trong và ngoài nước đã dấn thân nấu cơm chay, may khẩu trang, mua nhu yếu phẩm, nước rửa tay sát khuẩn, và thiết bị bảo hộ y tế không đồng, tặng miễn phí cho các bệnh nhân, nhân viên y tế, bác sĩ và người dân có nhu cầu.

Chư Ni và Phật tử Chùa Hương Sen hối hả ngày đêm kiên nhẫn may sẵn một số lượng khẩu trang (face masks) bằng vải, để biếu không cho bất cứ ai cần dùng, cũng như hàng ngày chuẩn bị những bữa cơm chay thanh đạm, nhưng bổ dưỡng để đem tới phục vụ cho một số bệnh viện và người vô gia cư quanh vùng. Nhiều sư cô trẻ già, trẻ, tự động đứng ra gom góp tiền già, tiền học của mình, để hỗ trợ mua thuốc men cho những người có lợi tức thấp trong mùa Covid-19.

3.17. ATM GẠO - CÂY GẠO NGHĨA TÌNH

Những ngày qua, ngoài câu chuyện được mọi người quan tâm là cả nước chung tay phòng, chống dịch Covid-19, thực hiện thật tốt cách ly toàn xã hội, giãn cách xã hội thì phong trào lắp đặt những cây "ATM gạo" cũng nhận được sự hưởng ứng, góp sức của rất nhiều người dân trên mọi miền của Tổ quốc.

Những cây ATM đặc biệt nhả gạo từ Nam chí Bắc đã chia sẻ, làm vơi bớt đi phần nào nỗi khó khăn của đồng bào nghèo trước sự ảnh hưởng nặng nề của đại dịch.

Từ những cây "ATM gạo" đầu tiên của tấm lòng thơm thảo đến từ ông Hoàng Tuấn Anh, Giám đốc Công ty PHGLock (TP Hồ Chí Minh)[48], giờ đây phong trào đã lan tỏa khắp đất nước, chung tay cùng người nghèo vượt qua "cơn bão" Covid-19.

Người phát minh ra chiếc máy "ATM Gạo," "ATM Oxy," "ATM Khẩu trang" nổi tiếng trong mùa dịch COVID-19 vừa qua chính là anh Hoàng Tuấn Anh,

48. Lê Khánh. Lan toả những tấm lòng thơm thảo giúp nhau vượt qua đại dịch Covid 19.
https://daidoanket.vn/atm-gao-ptag.html

Giám đốc Công ty Vũ Trụ Xanh (phân phối khóa điện tử PHGLock của Úc).[49]

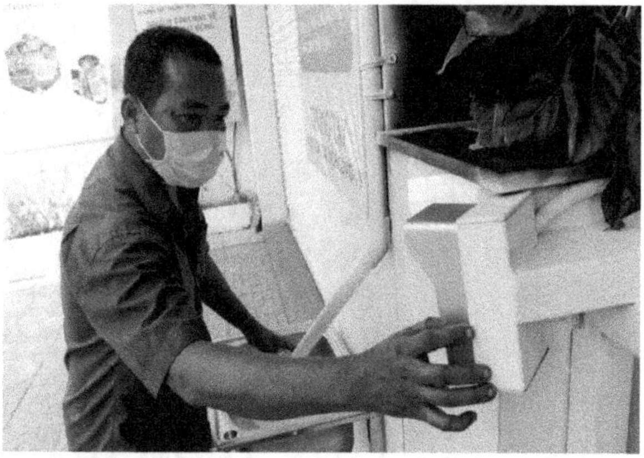

Người dân ở TP Hồ Chí Minh ấn nút nhận gạo tại một cây ATM trên địa bàn. Ảnh: Tuổi Trẻ

Với mục đích hỗ trợ người lao động nghèo, người dân gặp khó khăn do dịch, chỉ một thời gian ngắn, hàng trăm cây ATM đặc biệt đã được các doanh nghiệp, tổ chức, cá nhân cho ra đời trên toàn quốc. Đã có hàng ngàn tấn gạo đến tay người dân gặp khó khăn, giúp họ vượt qua cơn bĩ cực do dịch bệnh gây ra.

Họ đều là những người chịu ảnh hưởng nặng nề nhất bởi Covid -19, khi cả nước thực hiện giãn cách xã hội nhằm giảm thiểu nguy cơ lây nhiễm cộng đồng, yêu cầu người dân ở nhà, hạn chế tối đa ra ngoài và đóng cửa các dịch vụ không cần thiết. Chính vì vậy, nhiều người nghèo,

49. Hoàng Tuấn Anh, Người phát minh ra chiếc máy "ATM gạo" ra thế giới.
https://baotintuc.vn/long-form/emagazine/nguoi-dua-may-atm-gao-ra-the-gioi-20200617223034096.htm
https://tienphong.vn/cha-de-atm-gao-chuyen-gio-moi-ke-post1476035.tpo

người bán vé số, người lang thang cơ nhỡ đã lâm vào cảnh mất việc, thiếu hụt tài chính vì không thể đi làm.[50]

Hãy nhìn những cây ATM gạo khi bắt đầu dựng lên, người ta sợ không đủ gạo phát nhưng số người đem gạo đến đóng góp nhiều đến không ngờ. Đúng là tình yêu thương có chất truyền dẫn. Một hành động đẹp thức tỉnh lòng tốt trong mỗi con người. Hãy nhớ nhạc sĩ Trịnh Công Sơn cũng từng viết *"Con tim yêu thương vô tình chợt gọi, Lại thấy trong ta hiện bóng con người."* (TCS - Một cõi đi về). Báo nước ngoài đã cảm phục dành nhiều lời khen ngợi.

3.18. NHỮNG TẤM LÒNG THƠM THẢO GIÚP NHAU VƯỢT QUA ĐẠI DỊCH COVID-19

Khi đất nước gặp khó khăn, trở ngại thì tinh thần tương thân tương ái của người Việt lại thể hiện rõ nét nhất. Trong cuộc chiến phòng, chống dịch Covid-19, đầy ắp những câu chuyện ấm lòng về sự đoàn kết, sẻ chia để cùng tiếp lửa chống dịch.[51]

Miễn tiền thuê trọ cho công nhân

Chị Đoàn Thùy Dương (46 tuổi) ở thành phố Thủ Dầu Một có 80 căn nhà trọ chủ yếu là các gia đình công nhân, người lao động nên khi dịch bệnh ai cũng bị ảnh hưởng, nhẹ là giảm giờ làm, nặng hơn là tạm dừng việc.

---

50. Thái Bình, ATM Gạo - Cây Nghĩa Tình.
https://dichvucong.quangninh.gov.vn/Default.aspx?tabid=121&ctl=ndetail&mid=511&nid=83423

51. Lê Khánh. Lan toả những tấm lòng thơm thảo giúp nhau vượt qua đại dịch Covid 19.
https://daidoanket.vn/atm-gao-ptag.html

Tiền thuê phòng trọ thành gánh nặng với các gia đình này và chị Thùy Dương đã chủ động miễn phí tiền trọ. 80 phòng trọ,với giá thuê trọ từ 1,2 đến 1,4 triệu đồng/phòng/tháng, chị Dương thất thu hơn 200 triệu đồng, nhưng đổi lại chị hạnh phúc khi người lao động không phải vất vả, bươn chải giữa mùa dịch kiếm tiền trả tiền trọ.

Không dừng lại ở đó, chị Dương còn tặng gạo, khẩu trang, nước rửa tay cho những người khó khăn trong khu trọ.

Bà Trần Thị Út (60 tuổi, quê An Giang) thuê phòng trọ ở đây thấy mình thật may mắn khi được chủ nhà trọ tốt bụng sẵn lòng chia sẻ khó khăn với người lao động nghèo, bà chia sẻ: "Giờ quán nghỉ hết, thất nghiệp mà bệnh hoài, khổ lắm. Cô mong muốn những người khác được như cô Thùy Dương giúp những hoàn cảnh khó khăn, thất nghiệp không làm gì ra tiền. Nếu được quan tâm, hỗ trợ, mọi người sẽ vơi bớt khó khăn".

Cậu bé 8 tuổi góp tiền tiết kiệm chống dịch

Cậu bé 8 tuổi Minh Tuệ đã quyên góp số tiền tiết kiệm cho quỹ phòng dịch 467.000 VND, tuy đây là một con số nhỏ với nhiều người, nhưng với cậu bé học lớp 2 này, đó lại là một con số rất lớn.

Số tiền này đã được Minh Tuệ dành dụm được từ ngày còn học mẫu giáo. Nay cậu bé đem số tiền ủng hộ quỹ phòng dịch Covid-19.

Cậu bé Lê Minh Tuệ cùng mẹ đến trụ sở MTTQ Việt Nam để quyên góp số tiền tiết kiệm cho quỹ chống dịch Covid-19.

Mẹ cậu bé - chị Hoàng Thị Trang Viên vô cùng tự hào về việc làm của con trai. Chị chia sẻ, số tiền này đã được

Minh Tuệ dành dụm từng chút một kể từ ngày còn học mẫu giáo. Đồng tiền có mệnh giá nhỏ nhưng Tuệ luôn rất trân trọng và giữ gìn trong ví.

Đưa ra quyết định dành hết tiền tiết kiệm cho quỹ phòng dịch, cậu bé khẳng khái nói: "Con nghĩ rằng đây là một việc làm ý nghĩa."

Hàng nghìn gian hàng 0 đồng

Với tinh thần tương thân tương ái, san sẻ khó khăn, không bỏ ai ở lại giữa mùa dịch, thời gian qua, tại tỉnh Bà Rịa-Vũng Tàu đã xuất hiện nhiều gian hàng 0 đồng. Những gian hàng này giúp cho người dân có hoàn cảnh khó khăn thấy ấm lòng hơn trong lúc dịch bệnh đang diễn biến phức tạp.

Tại xã Tóc Tiên, thị xã Phú Mỹ, nhiều gian hàng 0 đồng đã xuất hiện từ tháng 4 đến nay để hỗ trợ người dân có hoàn cảnh khó khăn, bị ảnh hưởng bởi dịch Covid-19. Các gian hàng được đặt tại các trụ sở ấp bắt đầu hoạt động từ 9h sáng cung cấp thực phẩm cho người dân.

Mỗi gian hàng được kê hình chữ U, gồm gạo, hạt nêm, dầu ăn, đường, mắm, trứng, rau củ quả... dành tặng cho các hộ khó khăn.

Khi biết được việc làm ý nghĩa này, nhiều chủ vườn đã ủng hộ rau nhằm tặng cho bà con khó khăn. Chung cảnh khổ, bà Lan (ngụ phường Phước Hoà) nói rằng người dân khu cách ly hầu hết là người buôn bán, lao động bốc vác trong chợ Lam Sơn. Nhiều người cũng có hoàn cảnh khó khăn giống như bà. "Thấy địa phương tổ chức quầy thực phẩm 0 đồng để người dân trong khu cách ly có rau rạch, đồ mặn tươi bổ sung cho bữa ăn chúng tôi đều vui. Nhờ đó, bà con an tâm hơn, bớt lo lắng...", bà Lan cho biết.

Cây ATM gạo miễn phí mùa dịch

Người lao động nghèo xếp ngay ngắn đi lấy gạo tại các cây ATM gạo.

Chương trình ATM gạo cùng gian hàng 0 đồng phục vụ hộ nghèo, công nhân, lao động bị ảnh hưởng bởi dịch bệnh Covid-19 được tổ chức đầy ấm áp, thân tình trên địa bàn nhiều quận, huyện TP Hồ Chí Minh.

Theo đó, tại Nhà Thiếu nhi Quận 4, người dân có hoàn cảnh khó khăn do ảnh hưởng bởi dịch Covid-19 trên địa bàn quận đã được nhận 3 kg gạo/người và một số nhu yếu phẩm từ gian hàng 0 đồng.

Mạnh thường quân ở Sài Gòn phát cơm cho người nghèo gồm 1 hộp cơm, 1 chai nước suối, 1 quả chuối, người già và trẻ em còn nhận thêm bịch sữa.

Vừa lấy túi gạo từ "ATM gạo" đi ra, cô Nguyễn Thị Huệ, làm nghề bán vé số, ở trọ tại đường Đỗ Công Tường, phường Tân Quý, quận Tân Phú vui mừng: "Trong lúc đất nước đang gặp đại dịch, với những người nghèo, người lao động tự do như chúng tôi không có việc làm nên việc phát gạo miễn phí như thế này giúp chúng tôi có được lương thực để ăn qua ngày là rất quý. Do đó, ai khai sáng ra việc làm này là người thông minh và rất tốt."

Chị Võ Thị Thùy Trang, một mạnh thường quân ở Sài Gòn cho biết: Ngoài nấu cơm phát miễn phí, vợ chồng chị còn ghi phiếu phát gạo cho người nghèo tại Quận 10, Phú Nhuận, cũng như gửi tặng gạo đến trại mồ côi, mái ấm nhà mở, chùa để phát gạo cho người nghèo.

3.19. TÚI THUỐC YÊU THƯƠNG TỈNH KON TUM

Với đam mê tham gia hoạt động thiện nguyện, từ những tháng đầu năm 2021, khi các công dân sinh sống làm việc tại các tỉnh phía Nam trở về địa phương, ngang qua địa bàn huyện Đăk Tô. Chị Oanh cũng là cá nhân tích cực tham gia hoạt động hỗ trợ, trao thức ăn, nước uống cho hàng trăm người dân qua địa bàn.

Chị Oanh chia sẻ, chị đã ấp ủ dự định từ trước đây một tháng, khi thấy trên thị trường thời điểm đó bị khan hiếm Que test Covid-19, gây khó khăn cho người dân. Được người thân trong gia đình ủng hộ tinh thần, chị Oanh đã tự một mình lên kế hoạch mua các loại thuốc theo danh mục Bộ Y tế cấp phép như: 05 que test nhanh Covid-19, 05 chai nước muối 0.9% 500ml, 05 vỉ thuốc xông mũi họng gồm 50 viên. Trị giá mỗi túi thuốc là 550.000 đồng *(Tổng trị giá 100 túi thuốc là 55 triệu đồng)*.

Tất cả những ai thuộc đối tượng hộ nghèo, có sổ hộ nghèo mà gia đình có người bị nhiễm Covid-19 tại tất cả các xã, thị trấn trên địa bàn huyện, đều được chị đến tận nơi để trao tận tay những *"Túi thuốc yêu thương,"* đồng thời tận tình hướng dẫn người dân cách sử dụng sao cho đúng cách. Khi được hỏi vì sao chị đam mê thiện nguyện, chị Chung Kiều Oanh tâm sự: *"Tôi may mắn hơn rất nhiều người, tôi luôn nghĩ cho đi sẽ nhận lại, hơn nữa tôi luôn đặt địa vị của mình vào địa vị của họ, cảm thông, chia sẻ với những hoàn cảnh khó khăn, nếu mình là họ thì mình cần những gì, cho nên tôi luôn cố gắng làm nhiều việc tốt hàng ngày vì điều đó".*

Đón nhận túi thuốc trên tay, Y Tâm – Thôn Kon Đào, xã Kon Đào, huyện Đăk Tô chia sẻ:

"Trong mùa dịch rất khó khăn, chúng em rất cảm ơn chị Oanh đã tạo điều kiện giúp đỡ bà con bị nhiễm Covid-19 là F0 được thuốc, nước muối để chúng em đỡ khó khăn vì gia đình không có điều kiện để mua, chúng em rất cảm ơn chị Oanh."

Chị Chung Kiều Oanh chính là một trong những bông hoa đẹp trong vườn hoa người tốt việc tốt huyện Đăk Tô, tỉnh Kon Tum.[52]

3.20. CÁCH LY NHƯNG KHÔNG CÁCH LÒNG

Một cây làm chẳng nên non,

Ba cây chụm lại nên hòn núi cao.

Sự chung vai sát cánh cùng nhau với tinh thần nhân ái, những hành động, nghĩa cử từ trái tim kết nối trái tim. Một không gian sẻ chia qua bó rau, quả trứng, trái bầu từ vườn nhà quê gửi lên thành phố, rồi từng gói mì, hộp cá san sẻ nơi phố chợ về tận nông thôn xa xôi hẻo lánh. Thoáng nghe nhà nào vừa bị phong tỏa, bị căng dây tứ bề, người bên trong sợ hãi, người bên ngoài lo lắng.

-Anh gì đó ơi! Mua hộ em thùng sữa cho bé con em.

-Chú à! Cứu bà cháu với, bà đang sốt cao, cần thở oxy.

-Chị ơi! Mua dùm nhà em túi gạo.

Đâu đó vang lên những câu đại loại như vậy. Những

52. Chung Kiều Oanh, Tấm gương giúp đỡ người nghèo có hoàn cảnh khó khăn trong đại dịch Covid-19 trên địa bàn huyện, Nguyệt Hằng - Trung tâm VHTTDL-TT huyện. https://huyendakto.kontum.gov.vn/PrintNews.aspx?id=1088

mặt hàng nhu yếu phẩm, những viên thuốc hạ sốt, cân đường hộp sữa, túi gạo... được trao đến từng nhà kịp lúc để nụ cười nở trên môi bé thơ khát sữa, để dòng thở tắc nghẽn của cụ già được thông thoáng vào ra trên đôi môi khô héo.

Bão Covid-19 ập đến, giữa cận kề sống chết, vẫn còn có những tấm lòng san sẻ, vun vén cho nhau, từ củ gừng, cây sả, cho tới hộp cơm nghĩa tình.

Ai còn đồ ăn trong nhà thì nhường đồ lại cho người khác. Không ai bảo ai, những điều đó cứ tự nhiên như thế. Đồ ăn có thể hết, nhưng cái nghĩa trong hoạn nạn không vơi chút nào, sáng ra, nhà bên nầy ngó sang nhà bên kia trong âu lo thương cảm: "Không biết chị ấy đã khỏe chưa? " hay "bà năm còn sốt cao không?" hoặc "nhà thằng bên đông con quá mà còn gạo thổi cơm không?".

Cách ly, nhưng không cách lòng. Đây có lẽ là suy nghĩ của rất nhiều người. Bởi tinh thần tương thân, tương ái, thương người như thể thương thân, đã là truyền thống cao quý, tốt đẹp và có ý nghĩa của người Việt ta từ bao đời nay.

Hai tiếng "đồng bào" đã thôi thúc trái tim mỗi người con đất Việt để cùng nhau đùm bọc, để vượt qua những khó khăn của dịch bệnh. Chúng ta lại nhìn thấy rất nhiều cánh tay thiện nguyện, đóng góp sức người, sức của, từ xe cứu thương, thuốc men cho đến thực phẩm,...với niềm vui làm các thiện hạnh.

Trên bước đường hướng về cõi Tịnh, ai ngăn cản ta xây dựng vườn xuân trong cuộc hành trình bạn nhỉ. Và đây những bếp ăn miễn phí vẫn đỏ lửa, nồng ấm tình người. Cái tình dung dị đời thường ấy luôn còn mãi, luôn rực sáng theo ánh đạo vàng. Chúng ta, tôi và bạn phát huy tinh thần Bồ Tát từ bi cứu bệnh, giúp nghèo[53]…

3.21. ATM BÌNH DƯỠNG KHÍ OXY MIỄN PHÍ

Ngoài nhà máy Oxy miễn phí quy mô lớn của vợ chồng doanh nhân Huỳnh Uy Dũng ở Bình Dương cung cấp oxy miễn phí cho các bệnh viện lớn đang điều trị COVID-19 ở TP. Hồ Chí Minh, chúng tôi muốn đề cập đến một số các nhóm thiện nguyện tự phát của các bạn trẻ, trong đó có nhóm "Oxy Sài Gòn miễn phí" do bạn Phạm Phương Linh làm chủ.

Tình nguyện viên của nhóm "Oxy Sài Gòn miễn phí" đưa bình cho bệnh nhân mắc Covid-19

Linh kể với chúng tôi: "Cơ duyên ban đầu mình thành lập nhóm "Oxy Sài Gòn miễn phí" là qua mạng xã hội, mình được biết bác sĩ Trần Thanh Nhân, Bệnh viện Bình dân tư vấn online và biết bệnh nhân ở đâu cần oxy thì bác

53. Ngọc Thiên Thanh, 103. Bức Tranh Xã Hội Mùa Covid, Santa Ana, ngày 11/10/2022. Trích trong Thi viết Phật Pháp Ứng Dụng, Thích Nữ Giới Hương tuyển tập.
https://phapnhan.org/tv/huong-dao-trong-doi-2022/

sẽ mang đến cho bệnh nhân. Mình gọi điện nói chuyện với bác với mong muốn chuyển tiền ủng hộ. Bác bảo bác không cần tiền nhưng nếu cháu có bình oxy thì giúp bác đưa thẳng đến nhà bệnh nhân. Hiện nay bác bị quá tải rồi. Trước đó mình đã mua được 6 máy thở cho bệnh viện dã chiến. Từ nhỏ, mình đã bị hen suyễn nên mình hiểu oxy giá trị thế nào với người bệnh. Thế nên mình quyết tâm thành lập trạm oxy miễn phí cho bệnh nhân nguy cấp.

Khi thấy mình mua đến hơn 800 bình oxy, gia đình mình có người bảo: "Trời ơi, làm từ thiện gì cả tiền tỷ thế, định khoe tiền à?!". Những người khác trong gia đình thì nói: "Thôi trong cuộc đời kiếm tiền thì cả đời nhưng cơ hội để cứu sống người chỉ có giây phút này thôi." Mình nghĩ rằng có thể ông trời cho mình cơ hội này để giúp mọi người. Có thể ông trời biết mình là người có thể chi phần lớn gia sản của mình để làm từ thiện. Mình cũng không phải giàu có gì cả, nhưng mình không thể thấy chết mà không cứu.

Nhóm của mình sau khi lên YouTube thì có rất nhiều người được truyền cảm hứng, và rất nhiều người đã xin tham gia vào đội thiện nguyện. Cảm động nhất là có một đôi vợ chồng trẻ, người vợ bị mắc Covid -19 khi mang thai ở tháng thứ 8, nhóm mình mang ôxy đến nhưng sau một thời gian cứu chữa thì người vợ và thai nhi không qua khỏi. Người chồng vô cùng đau khổ và anh đã tham gia vào nhóm làm tình nguyện viên đi ship bình.

Hiện giờ có 60 anh em tài xế lái xe làm việc 24/24h chạy cả ngày cả đêm đưa bình oxy đến từng bệnh nhân. Từ khi nhóm chúng mình được đông đảo cộng đồng mạng chú ý thì có một số Mạnh Thường Quân ủng hộ nhóm khoảng hơn 200 triệu đồng, song cũng không thấm vào đâu so với Oxy Sài Gòn đã bỏ tiền ra. Chúng mình rất mong các bạn chung tay không chỉ với Oxy Sài Gòn mà với các nhóm thiện nguyện khác cung cấp cho các trạm y tế phường... cung cấp bóng thở để cấp cứu cho những bệnh nhân Covid-19.

Nhóm mình trực chiến 24/24h. Gia đình bệnh nhân gọi cần oxy cho bệnh nhân nặng thì nhóm mình chạy đi đưa luôn, xong rồi thu bình, tìm tình nguyện viên mới, chạy xin các loại giấy tờ để đi lại. Nhóm chia ra nhiều đội, đội đi phát thuốc, đội thay bình cho các trạm y tế, đội đi lắp bình oxy lỏng cho các bệnh viện dã chiến.

Số lượng bệnh nhân ngày càng tăng, mình phải nâng cấp lượng oxy cho bệnh viện. Mình thuê được 60 bình oxy lỏng để cung cấp oxy cho 4 bệnh viện dã chiến và các khu cách ly. Một bình oxy lỏng bằng 25 bình oxy to bình thường. Mỗi một bệnh viện và khu cách ly, Oxy Sài Gòn chúng mình cố gắng đưa đến từ 2-3 bình lỏng. Mình thuê và đặt cọc bình oxy đấy cho khu cách ly, hết dịch thì lại ôm bình về. Tuỳ từng liều lượng của bệnh nhân mà mình lắp hệ thống dây thở van thở, đồng hồ thở cho khoảng 50 đến 150 giường/bệnh viện. Oxy Sài Gòn cũng chỉ có đủ bình để đưa đến điểm nóng các phường của quận 4, quận 6, quận 8, quận Bình Chánh, Bình Tân.

Nhóm mình giúp nhân viên y tế nạp oxy, đưa thuốc đến các trạm y tế giúp nhiều F0 tự chữa ở nhà, đỡ được bệnh Covid mà không cần phải đến bệnh viện điều trị, giảm tải cho bệnh viện. Tuy nhiên, Oxy Sài Gòn miễn phí không phải lúc nào cũng đủ bình. Bệnh nhân đông, bị quá tải. Có những người bệnh trở nặng không gọi được xe cứu thương, chưa đến được bệnh viện, nhóm mình bê bình oxy đến nhà thì cho dù không cứu được họ nhưng khi lắp máy thở có ôxy thì bệnh nhân ra đi được nhẹ nhàng, không quá đau đớn vật vã và có sự ấm lòng đối với gia đình của người bệnh.[54]

3.22. THƯ CÁM ƠN NHỮNG TẤM LÒNG XẢ THÂN VÌ NGƯỜI KHÁC

Kính bạch Hòa Thượng Tôn Sư, Kính quý Thầy Cô,

Kính đạo tràng và bạn lữ gần xa,

Cả thế giới đều đang hãi hùng và bất lực trước cơn sóng thần khốc liệt của Covid-19.

Cùng lúc đó thì có những bài pháp trân quý từ Hòa Thượng Tôn Sư, chư Tôn Đức Tăng Ni, cho đến những người không nhân danh là Phật tử, cùng những anh hùng và hảo tâm xuất hiện, từ những bác sỹ, dược sỹ, y tá, công nhân, nhân viên y tế cho đến những người thiện nguyện, những nhà hảo tâm đã mua vật dụng y tế để tặng các nhà thương, v.v. và nhất là các nhà vi trùng học cùng các viện nghiên cứu bào chế thuốc ngày đêm tìm cách nghĩ ra vaccins để chữa trị.

Bên cạnh đó, các giới chức trách cầm quyền đã can đảm đưa ra lệnh cách ly dù thiệt hại kinh tế cùng với sự giúp đỡ những người thất nghiệp. Chưa kể biết bao người con Phật cùng các Tôn giáo, tín ngưỡng khác đã ngày đêm khẩn thiết tụng niệm, lễ lạy, sám hối, cầu nguyện.

Làm con nhớ đến câu trong đạo Phật: "Phiền não là Bồ đề."

---

54. Trần Mỹ Hiền (thực hiện), Oxy Sài Gòn Miễn Phí, Thứ Năm, 02/09/2021 https://cand.com.vn/dien-dan-van-nghe-cong-an/nhung-anh-hung-thoi-covid--i626719/

Trong phiền não, Bồ đề tâm nảy sinh như Tứ chúng đồng xướng lên trong ngày lễ Phật Đản:

"Nhất tâm đảnh lễ A Tỳ ngục tốt, Sơ phát thiện tâm, Bổn Sư Thích Ca Mâu Ni Phật."

Chúng con nguyện Covid-19 là nhân, để muôn người phát tâm Bồ đề như tiền thân Đức Phật Thích Ca đã từng, khi Ngài là một tội nhân ở địa ngục A tỳ, đã phát tâm gánh giùm cái khổ bị tra tấn của người đồng ngục.

Nguyện cho Covid-19 trở thành nghịch duyên để nảy sinh những vị Phật tương lai như trong bùn lầy sen mọc tỏa ngát hương.

Cái gì có sanh ắt có diệt.

Covid-19 đến rồi sẽ đi.

Duy Phật tánh thì chẳng đến chẳng đi mà thường hằng.

Muôn loài ngày nào còn trong Tam giới Lục đạo thì không thoát được Sanh Lão Bệnh Tử, Khổ khổ, Hoại khổ và Hành khổ.

Có Covid-19 hay không thì muôn loài cũng không tránh khỏi Tam Khổ. Cái khổ nào cũng đau đớn và hãi hùng cả.

Tiền thân Đức Phật khi là bậc vương giả mà Ngài còn nguyện xả thân mạng để được nghe một câu Kinh kệ, cho thấy Đức Thế Tôn đã nhận ra xác thân hình hài này chỉ là giả tạm, vương quốc triều đại cũng chỉ là huyễn hoặc, song Ngài mượn nó để làm Pháp khí ngõ hầu thượng cầu Phật đạo, hạ hóa chúng sanh, tự độ và độ tha, Giác Hạnh viên mãn, đó mới là cứu cánh Tối thượng mà Ngài tìm cầu.

Chúng con cũng vậy, có Covid-19 hay không, cũng không cầu gì hơn ngoại trừ Tuệ Giác Tối thượng và pháp giới chúng sanh trọn thành Phật đạo.

Chúng con chẳng cầu diệt Coronavirus nhất thời mà cầu diệt Vô minh lũy kiếp.

Cái hình hài giả tạm này trước sau gì cũng phải lìa bỏ nên chúng con nguyện mượn đó làm Pháp khí, để tụng Kinh, trì Chú, lễ lạy sám hối nghiệp chướng bao đời, để niệm Phật, niệm Pháp, niệm Tăng, mượn thân miệng ý để phụng sự muôn loài phát Bồ đề tâm.

Chỉ mong cái Chết của chúng con và hết thảy là cái Chết có ý nghĩa.

Chỉ mong Bệnh khổ của chúng con và hết thảy là cái Bệnh có ý nghĩa.

Chỉ mong Sức lực của chúng con và hết thảy là cái Lực có ý nghĩa.

Chỉ mong có được tâm Từ tâm Bi của Quán Thế Âm Bồ Tát, tâm Hỷ tâm Xả của Bồ tát Di Lặc, Đại Nguyện của Địa Tạng Bồ tát, Đại Hạnh của Bồ tát Phổ Hiền và Đại Trí của Văn Thù Sư Lợi Bồ tát.

Nguyện cho người đã mất, được sanh về cõi Tịnh Độ vĩnh hằng, người bệnh khổ sớm bình phục.

Nguyện hết thảy đều thấy được Tuệ Giác vốn là viên ngọc trong chéo áo.

Ngưỡng mong Hòa Thượng Tôn Sư, quý Thầy Cô cùng toàn thể đạo tràng và bạn lữ gần xa, bất kể tôn giáo tín ngưỡng được nhiều Sức khoẻ, An lành và Bình tâm qua cơn Sóng thần này.

Nam Mô Bổn Sư Thích Ca Mâu Ni Phật.

Nam Mô Dược Sư Lưu Ly Quang Vương Phật.

Nam Mô Đương Lai Hạ Sanh Di Lặc Tôn Phật.
Nam Mô Đại Bi Quán Thế Âm Bồ Tát.
Nam Mô Thập Phương Tam Thế, Nhất Thiết Chư Phật,
Chư Bồ Tát, Chư Hiền Thánh Tăng.
Nam Mô Pháp Giới Tạng Thân A Di Đà Phật.

Canada, 2020-03-29 (Mộng Lệ An)

Niệm Đức Nghiệp Huân Dương

CHƯƠNG 4
NHỮNG PHÚT CUỐI ĐỜI CỦA BỆNH NHÂN COVID-19

Chưa bao giờ kể từ sau Đệ nhị thế chiến, con người lại sống trong tâm trạng âu lo, sợ hãi tận thế như hiện nay, chỉ vì một con virus nhỏ bé vô cùng có tên gọi Corona xuất phát từ Vũ Hán, Trung Quốc, vào tháng 12 năm 2019. Thế chiến với những vũ khí tối tân hiện đại tàn sát nhau chỉ trong vài đất nước, trong khi Coronavirus tấn công quy mô lớn đến gần 200 quốc gia, nghĩa là toàn cầu bị ảnh hưởng.

Nói về hậu quả tổn thương nhân mạng, sau hai năm (2020-2022) Coronavirus tác oai, tác quái, tấn công hành tinh con người, thống kê của Worldometers cho biết gần bảy triệu[55] (hoặc 15 triệu người)[56] người nằm xuống dưới

55. Theo thống kê của Worldometers, ngày 26 tháng 4 năm 2023, 01:46 GMT, thế giới đã ghi nhận tổng cộng 686.647.374 ca nhiễm virus SARS-CoV-2 gây bệnh viêm đường hô hấp cấp Covid-19, trong đó có 6.860.779 ca tử vong. https://www.worldometers.info/coronavirus/country/us/

56. WHO ước tính có đã có 15 triệu người trên thế giới đã chết vì

lưỡi hái tử thần của con virus nhỏ nhít vô hình, nếu không có kính hiển vi quang học thì không thể nhìn thấy. Số lượng người tử vong và nhiễm bệnh vẫn còn tăng lên từng ngày dù các khoa học gia đã bào chế và sản xuất được vaccine chủng ngừa.

Đội ngũ bác sĩ, y tá, các chuyên viên y khoa trong các bệnh viện là những người chứng kiến số lượng lớn các bệnh nhân bị nhiễm nặng, phải từ bỏ cuộc sống, ra đi trong lặng lẽ không có người thân và lễ hỏa thiêu phải thực hiện nhanh chóng không có nghi lễ tôn giáo, khói hương nghi ngút hay gia đình cạnh bên tiễn biệt. Người nhà chỉ biết âm thầm chịu đựng để tránh tinh thần rơi vào khủng hoảng. Có những lúc trong giới bác sĩ, y tá, điều dưỡng nhìn nhau thấy ai cũng khóc.

Nỗi bi thương trong mùa đại dịch thật khó diễn tả, cho thấy nhiều người vừa mới gặp nhau hôm trước, sau đó đã vĩnh viễn bất động. Có những thanh niên trai tráng khỏe mạnh, thịt bắp cuồn cuộn, vậy mà chỉ ho vài ngày, thân thể yếu đi, không có năng lực để thở. Cũng có những cuộc gọi nhớ đời khi người nhà của bệnh nhân được hung tin người thân của mình qua đời trong cô đơn lạnh lẽo. Có những người nhà rớt nước mắt đau khổ, khi nhận những hủ tro cốt của người thân, từ chánh quyền địa phương và bệnh viện giao lại...

Vâng, rất nhiều chuyện đau lòng chấn thương tâm lý. Trong chương 5 này, xin trích dẫn vài câu chuyện về cảnh sanh ly tử biệt tang tóc đau thương do Covid-19 gây ra như sau:

COVID-19. (M.Q. Theo Nature)
https://bvbnd.vn/who-uoc-tinh-co-da-co-15-trieu-nguoi-tren-the-gioi-da-chet-vi-covid-19/
https://www.nature.com/articles/d41586-022-01245-6

4.1. CÁC BÁC SĨ KỂ VỀ CÁI CHẾT CỦA BỆNH NHÂN COVID-19

Khủng khiếp chưa từng thấy

TTO - Phổi thủng như tổ ong, thở như cá mắc cạn, cơ thể cắm đầy thiết bị xâm nhập... là nỗi thống khổ mà hàng triệu bệnh nhân Covid-19 trải qua trước khi trút hơi thở cuối cùng, theo lời kể của bác sĩ.[57]

Gần 2,5 triệu người đã chết vì bệnh Covid-19 trên khắp thế giới - một con số thống kê vô hồn vì hiếm ai tận mắt nhìn thấy những ngày cuối cùng của họ trong phòng bệnh trước khi lìa đời, kể cả người thân. Theo mô tả của các bác sĩ thì đó là nỗi thống khổ không bút mực nào tả xiết.

"Phần lớn những gì tôi chứng kiến diễn ra sau tấm màn đóng kín, công chúng bình thường không ai thấy được cảnh này, thậm chí gia đình bệnh nhân thấy rất ít. Nhờ vậy phần lớn chúng ta thoát được việc phải chứng kiến thứ tồi tệ nhất của căn bệnh này" - bác sĩ Todd Rice, chuyên gia về phổi và chăm sóc tích cực thuộc Trung tâm y khoa Đại học Vanderbilt (Mỹ), tâm sự với trang tin *Vox*.

"Phổi thủng như tổ ong" và cảm giác "cái chết đến gần"

Sự giày vò của Covid-19 có thể bắt đầu khá lâu, trước khi một người bệnh nặng đến mức phải vào phòng cấp cứu.

Virus SARS-CoV-2 tấn công hai lá phổi khiến bệnh nhân càng lúc càng khó hấp thụ đủ oxy với mỗi hơi thở.

57. Phúc Long, Các Bác sĩ kể về cái Chết của Bệnh Nhân Covid-19: Khủng khiếp chưa từng thấy.
https://tuoitre.vn/cac-bac-si-ke-ve-cai-chet-cua-benh-nhan-covid-19-khung-khiep-chua-tung-thay-20210224153414736.htm

Điều này có nghĩa là họ phải thở mỗi lúc một nhanh hơn - từ mức trung bình 14 lần/phút lên đến 30 hoặc 40 lần. Cảm giác "hớp không khí" này dễ khiến người ta hoảng loạn.

"Hãy tưởng tượng bạn đang thở bằng một cái ống hút rất hẹp. Bạn có thể làm vậy trong 15-20 giây nhưng thử làm trong 2 tiếng đồng hồ mà xem, rồi thậm chí nhiều ngày hoặc nhiều tuần" - bác sĩ Jess Mandel, chuyên gia phổi và chăm sóc tích cực thuộc Bệnh viện UC San Diego Health, giải thích.

Còn theo bác sĩ Kenneth Remy, bệnh nhân mắc Covid-19 kể với ông rằng họ cảm thấy phổi như đang bị lửa đốt, hoặc hàng ngàn con ong đang cùng chích bên trong lồng ngực. Có người phổi bị tràn dịch, nên có cảm giác như thở qua bùn và có người cảm thấy như đang bị bóp nghẹt...

Sự hành hạ dữ dội đến mức nhiều bệnh nhân ước cái chết trong cơn đau. "Họ nói 'Tôi chỉ muốn chết thôi vì cảm giác này kinh khủng quá.' Đó là thứ con virus này gây ra." - bác sĩ Remy kể.

Bác sĩ Todd Rice, Đại học Vanderbilt, đặc biệt lưu ý có điều gì đó khác lạ ở bệnh nhân Covid-19 mà ông chăm sóc so với những bệnh nhân khác, đó là cảm giác của người cận kề cái chết.

Bác sĩ Meilinh Thi, Trung tâm y khoa Đại học Nebraska, cũng chia sẻ cùng trải nghiệm: "Rất nhiều bệnh nhân, bất kể tuổi tác, cảm nhận được cái chết đang đến gần. Họ nói thẳng với tôi rằng họ có cảm giác sắp chết và một cách đáng sợ là những bệnh nhân đó cuối cùng đều qua đời."

Sống chết như tung một đồng xu

Khi một ai đó mắc Covid-19 nặng đến mức cần gắn máy thở, cơ hội sống sót của họ ở mức 40-60%, bác sĩ Kenneth Remy ước tính.

"Cơ may này giống như anh tung một đồng xu, và anh có thể sống hoặc nằm trong số những người phải chết" - ông so sánh.

Bác sĩ Remy nhớ lại có một tuần lễ đặc biệt khó khăn, đã xảy ra hồi mùa thu năm 2020, khi đó ông chăm sóc một số bệnh nhân độ 40-50 tuổi không qua khỏi. Hầu hết họ đều béo phì nhưng đều khỏe mạnh trước khi mắc Covid-19.

"Một bệnh nhân trút nỗi lòng trước khi tôi đặt ống thở: (Ông) hãy cho mọi người biết đây là sự thật, phổi của tôi như bị lửa đốt, như bị ong chích, tôi không thở được. Làm ơn hãy nói để mọi người đeo khẩu trang... Vì tôi không mong điều này xảy ra, thậm chí với kẻ thù lớn nhất của mình."

Sau khi bệnh nhân đó qua đời, bác sĩ Remy đăng một đoạn video với nội dung cảnh báo lên mạng Twitter.

Ở các bệnh viện Mỹ, nếu thể trạng bệnh nhân suy yếu chậm, bác sĩ có thể thu xếp để họ nói chuyện với gia đình trước khi đặt nội khí quản vì sau đó họ có thể bất tỉnh, hoặc không còn khả năng nói chuyện cho đến lúc chết.

Tuy nhiên, phần lớn bệnh lý đều diễn biến rất nhanh nên trước khi gây mê, người cuối cùng họ tiếp xúc một cách tỉnh táo thường là bác sĩ. "Bất cứ ai đều có thể rơi vào hoàn cảnh đó." - bác sĩ Todd Rice cho biết.

"Mặc dù, có quy định cách ly nghiêm ngặt cho bệnh nhân Covid-19, chúng tôi luôn cố gắng không để họ qua đời một mình. Với những người diễn biến quá nhanh, không đủ thời gian gọi gia đình, thì bác sĩ và y tá sẽ đứng vây quanh.

Họ sẽ chết trong lúc được làm thủ thuật hồi sinh tim phổi, hoặc nếu không có lệnh, mọi người chỉ đứng nhìn.

Với những người còn thời gian, thành viên gia đình trong trang phục bảo vệ toàn thân (PPE) sẽ được vào thăm. Đến lúc này, chúng tôi chỉ thực hiện các biện pháp giảm đau, thậm chí vậy, khi ống nội khí quản được rút ra, bệnh nhân thường thở gấp hoặc ho, do cơ thể đấu tranh để hút oxy trước khi họ chết." - bác sĩ Meilinh Thi kể chi tiết.

Mặc dù, bệnh nhân luôn được chăm sóc hết lòng nhưng các bác sĩ Mỹ đều cảm nhận chết vì Covid-19 là cái chết kinh khủng nhất mà họ từng chứng kiến.

Bác sĩ Remy, sau nhiều năm chăm sóc người mắc bệnh truyền nhiễm hấp hối trên khắp thế giới, chỉ biết nói một câu: "Tôi không biết có căn bệnh nào khác tàn phá cơ thể và tâm trí con người kinh khủng như thế."

Có lẽ, đó là lý do tại sao bệnh nhân van nài Ông khuyên những người khác đeo khẩu trang trước khi chìm vào hôn mê.

4.2. NỖI ĐAU CỦA BÁC SĨ TRƯỚC CÁI CHẾT CỦA NGƯỜI CHA BỊ NHIỄM COVID-19

ANH QUỐC: Một nữ bác sĩ bị ám ảnh khi nghĩ về những giờ phút cuối cùng của người cha trong phòng hồi sức cấp cứu.[58]

Bác sĩ Saleyha Ahsan, làm việc tại khoa Cấp cứu hồi sức, Bệnh viện Ysbyty Gwynedd, dự định đón sinh nhật

58. Mai Dung (Theo Telegraph), Nỗi đau bác sĩ trước cái chết người cha mắc Covid-19.
https://vnexpress.net/noi-dau-bac-si-truoc-cai-chet-nguoi-cha-mac-covid-19-4242512.html

bên người cha, Ahsan-ul-Haq Chaudry, 81 tuổi, rồi trở về bệnh viện để trực ngày Giáng sinh. Tuy nhiên, kế hoạch mau chóng tiêu tan khi cô nhận được tin nhắn từ các anh chị em rằng cha cô không được khỏe.

Tại Bệnh viện Nữ hoàng phía Đông London, ông Chaudry được chẩn đoán mắc Covid-19 và xuất hiện triệu chứng khó thở. "Đó là viễn cảnh tồi tệ nhất," bác sĩ Ahsan cho biết.

Trong những tuần trước đó, Ahsan chứng kiến đủ mọi sự đau khổ của bệnh nhân Covid-19. Ngoài công việc chính tại bệnh viện, Ahsan thỉnh thoảng đi làm phim. Cô đã làm một bộ phim tài liệu phơi bày hiện thực đau đớn trong khu điều trị Covid-19.

Trong phim, Ahsan ghi lại câu chuyện của cặp đôi Ted và Christine. Cả vợ chồng họ đều mắc Covid-19 và nằm giường cạnh nhau. Một ngày nọ, Christine yêu cầu bác sĩ cởi bỏ mặt nạ khí áp lực dương vì cô cảm thấy rất đau. Christine mỉm cười nhìn chồng lần cuối, rồi trút hơi thở cuối cùng. Ted đã chứng kiến mọi thứ. Anh may mắn qua khỏi, nhưng cũng thật đáng thương. Ahsan chưa bao giờ nghĩ tình cảnh này lại xảy ra với cha mình.

Ông Chaudry là một giáo viên dạy toán và khoa học máy tính đã nghỉ hưu. Vào những năm 1950, ông rời quê hương Pakistan đến Anh. Với niềm tin vững chắc vào giáo dục, ông Chaudry vừa hoàn thành bằng thạc sĩ về vật lý thiên văn. Không muốn con cái lo lắng, ông giấu đi nỗi sợ Covid-19.

"Cha chỉ nhún vai và nói: Ồ, đó là thứ khiến cả nước phải phong tỏa đúng không?", Ahsan kể lại.

Theo chính sách của bệnh viện, Ashan được phép đến

chăm sóc cha cô. Cô dành năm ngày liền bên giường bệnh của ông, giám sát mức độ oxy, nâng đỡ cha, chỉnh lại mặt nạ oxy khi bị lỏng. Cô không dám rời ông nửa bước, thậm chí còn ngại đi vệ sinh. Người thân của cô phải can thiệp, nằng nặc khuyên cô về nhà ngủ vài tiếng.

Với chuyên môn của mình, Ahsan biết cha cô cần những gì. Nhưng nhiều lúc, cô ước mình không phải bác sĩ. "Đôi khi, biết quá nhiều lại là cái tội. Tôi đã rất sợ hãi, liên tục nhớ đến Ted và Christine. Bây giờ tôi đã hiểu tại sao người vợ lại muốn bỏ mặt nạ, vì tôi đã thấy điều đó ở chính cha mình."

Từng ngày trôi qua, ông Chaudry dần bị phụ thuộc vào chiếc mặt nạ. Cô chưa thấy bệnh nhân nào có tình trạng tệ như vậy, do họ có thể ngủ, còn cha cô thì không. Ông không được đặt nội khí quản, vì bị hen suyễn và có nguy cơ không thể tỉnh lại.

Một ngày bỗng dài như một năm đối với ông Chaudry. Ông không thể bỏ mặt nạ để uống nước hay uống thuốc, vì chỉ cần tháo ra trong tích tắc cũng khiến ông hoảng loạn và ngạt thở. Đến ngày thứ năm, nhịp thở của ông thay đổi và Ahsan biết ông sắp ra đi.

Cô đọc cho ông nghe kinh cầu nguyện của đạo Hồi. "Không có ai ở đó và tôi nghĩ mình phải làm điều này. Tôi không biết cha còn giữ tỉnh táo được bao lâu, nhưng tôi hiểu cha muốn nghe những lời đó trước khi nhắm mắt. Tôi không biết cha sẽ phản ứng như thế nào. Sợ hãi ư? Hay đơn giản là "Đừng đọc nữa, cha đã chết đâu." Nhưng ông hiểu những gì sẽ đến và cầu nguyện cùng tôi những lời cuối cùng. Đó là điều khó khăn nhất tôi từng trải qua. Tôi phải chấp nhận rằng ông sắp chết," Ahsan kể lại.

Đám tang của ông Chaudry diễn ra vào sáng hôm sau

với 20 người tham dự tại khu nghĩa trang mà vợ ông nằm xuống cách đây 14 năm. Tuy nhiên, ông được chôn cất tại một vị trí đặc biệt dành cho nạn nhân Covid-19. Tại đây, nhiều thi thể vẫn đang chờ để được chôn.

Sau một thời gian nghỉ phép, Ahsan quay trở lại làm việc, nhưng vẫn ám ảnh về cái chết của cha. "Trước những lời an ủi, tôi lại khóc. Với đồ bảo hộ kín mít, điều này không dễ chịu chút nào," Ahsan chia sẻ.

Không như bệnh viện cha cô nằm, nơi làm việc của cô không cho phép người nhà vào chăm bệnh nhân. "Tôi cứ nghĩ đến những người bệnh không có gia đình bên cạnh và thấy mình thật may mắn. Ít nhất tôi đã được ở bên cha," cô nói.

Ahsan mong bộ phim của cô khắc họa được áp lực khủng khiếp đè nặng lên các bác sĩ và y tá trong đại dịch. "Thế giới phải đối mặt với cả những vấn đề tâm lý do Covid-19 gây ra. Sẽ có nhiều người bị ám ảnh, chấn thương tâm lý, kiệt sức. Chúng ta phải giải quyết những căn bệnh mà nhiều người không dám đi khám vì họ quá sợ hãi."

"Khi đại dịch chấm dứt, đất nước sẽ mở cửa trở lại và cuộc sống lại tiếp diễn. Nhưng đối với chúng tôi, công việc vẫn chưa kết thúc," Ahsan nói.

4.3. BÁC SĨ GỐC VIỆT TÌNH NGUYỆN TẠI NEW YORK KỂ NHỮNG PHÚT CUỐI CỦA BỆNH NHÂN COVID-19

VOA: Tiếp xúc với bệnh nhân Covid-19 vào lúc cuối đời của họ, ông có cảm giác ra sao?

Bác sĩ Tâm: "Trong những ngày qua, tôi đã giúp kết nối gia đình cho một số trường hợp. Gia đình muốn nhìn mặt người thân của mình trong những giây phút cuối cùng trong khi họ không thể nào vào bệnh viện được. Tôi gọi họ bằng điện thoại di động, dùng Facetime rồi đi vào phòng bệnh nhân để họ nhìn thấy người thân. Đương nhiên, tôi phải mặc áo chống vi khuẩn các thứ, trùm kín hết...Người thân nhìn qua Facetime khóc, cầu nguyện, nói lời từ giã... trong những giây phút cuối cùng. [59]

"Ngay cả khi qua đời, bệnh nhân nằm trong nhà xác cũng thật lâu, vì trong mùa dịch bệnh, rất nhiều tử thi chờ đi chôn hay hỏa táng. Nếu đến phiên, thì an táng chôn cất và hỏa táng nhanh gọn, nên rất là bi thương."

VOA: Nhiều người gọi là đây hành động can đảm, rất anh hùng. Bác sĩ nghĩ như thế nào về lời khen như thế?

Bác sĩ Tâm: "Khi đi vào bệnh viện thấy có biết bao nhiêu con người trong đó đang phải đối diện với nguy hiểm. Không phải chỉ có y tá, bác sĩ, mà những người lao công làm nhiệm vụ dọn dẹp, lấy rác từ phòng bệnh nhân bị nhiễm bệnh, những người mang thức ăn...có rất nhiều người đang âm thầm hy sinh làm việc.

"Chúng tôi như những người xông pha ra chiến trường đứng trước đầu tên mũi đạn. Chúng tôi nguyện làm hết sức mình, vì trách nhiệm thiêng liêng của mình đối với bệnh nhân, với đồng đội."

---

59. Đài VOA, bác sĩ gốc Việt tình nguyện tại New York kể những phút cuối của bệnh nhân Covid-19.
https://www.voatiengviet.com/a/bac-si-goc-viet-tinh-nguyen-tai-nw-ke-nhung-phut-cuoi-cua-benh-nhan-covid-19/5385229.html

4.4. ĐAU - ĐỂ CẢM NHẬN VÔ THƯỜNG

Sư cô Hạnh Hiếu nhớ lại giây phút đau lòng trong một tháng của năm 2021, hai đấng sanh thành của sư cô đã ra đi vì Coronavirus[60] như sau:

-Ngày 28/07/2021 (Tân Sửu)

…Chưa kịp làm thủ tục chuyển viện thì Bác sĩ gọi tên và phát thuốc cho má. Sư cô đem thuốc ấy qua bàn kế bên nghiền nhuyễn cho má uống. Chưa đầy năm phút sau, khi sư cô quay lại thì thấy Má nằm im, tay chân lạnh cứng, miệng không còn thoi thóp thở ôxy nữa.

Sư cô vội cầu cứu Bác sĩ và đứng bên cạnh giường Má nằm, chắp tay niệm danh hiệu Bồ tát Quán Thế Âm, tụng suốt bài "kinh Cứu Khổ -Bạch Y thần chú."[61] Sư cô luôn khấn nguyện xin Bồ tát Quán Thế Âm cứu khổ cứu nạn cho Má vượt qua nguy kịch này. Bài kinh này là bài học thuộc lòng đầu tiên của cô từ lúc 8 tuổi, cô xuất gia tu học ở chùa đến giờ. Mỗi khi cầu nguyện điều gì, cô cũng niệm danh hiệu Bồ tát Quán Thế Âm và trì niệm bài kinh này xin tiêu trừ bệnh tật.

Từ 8h40 đến 11h10, sáu bác sĩ, nhân viên, y tá và quý thầy, sư cô làm tình nguyện viên tuyến đầu chống dịch vây quanh để hỗ trợ thuốc men, hô hấp và làm đủ mọi cách mong má được hồi sinh. Đến đây, sư cô đã thấu rõ chân lý Phật dạy qua câu chuyện kể khi đức Phật còn tại thế.

---

60. Thích Nữ Hạnh Hiếu, Đau- Để Cảm Nhận Vô Thường, Hương Đạo trong Đời 2022, Thi viết Phật Pháp Ứng Dụng, Thích Nữ Giới Hương tuyển tập.2022.
https://huongsentemple.com/index.php/vn/kinh-sach/tu-sach-bao-anh-lac/huong-dao-trong-doi-2022

61. Kinh Cứu Khổ -Bạch Y thần chú.
https://thongthienmon.com/blog/kinh-quan-am-cuu-kho-cuu-nan.html

Chuyện kể rằng:

"Trong một lần nọ trên đường đi du hóa, đức Phật cùng với các vị Tỳ Kheo chứng kiến biết bao cảnh đời như: kẻ nghèo cùng khốn khó, nguy nan. Người giàu có cũng đau khổ, buồn phiền; người khỏe mạnh sức lực kiên cường; người yếu ốm đau, bệnh tật; người chết chóc, kẻ sầu khổ tiếc thương v.v...

Tất cả những hoàn cảnh đó vốn tồn tại trên cõi đời tùy theo nhân quả nghiệp báo của mỗi người chiêu cảm. Nhưng khi tận mắt chứng kiến, đại chúng Tỳ kheo ai nấy đều thật sự lấy làm xót xa thương cảm. Đi bộ nhiều ngày khiến đôi chân của họ trở nên chai cứng, nhức mỏi, thậm chí là đau đớn. Phật và các đệ tử quyết định nghỉ lại giữa đường. Khi ngồi dưới bóng của một cái cây lớn, Đức Phật bất ngờ hỏi một môn đồ ngồi gần nhất, là một Shramana (nhà sư, tu sĩ khổ hạnh) rằng, "Đời người dài bao lâu?".

Bất ngờ trước câu hỏi của Đức Phật, môn đồ này chẳng kịp suy nghĩ gì, đã trả lời rất nhanh như một phản xạ: Thưa Đức Phật, đời người có lẽ dài được vài chục năm, nếu người nào sống thọ thì có lẽ được hơn như thế một chút. Đức Phật hỏi các môn đồ khác, "Đời người dài bao lâu?", mỗi người lại đưa ra một đáp án khác nhau là mạng người được: "Vài năm", "Vài tháng", "Vài tuần"... "Vài ngày mà thôi"... Đức Phật vẫn nói, Chưa đúng, và bảo các đệ tử rằng, tất cả đều chưa hiểu gì về Phật pháp.. Rồi Phật nhìn vị Tỳ kheo im lặng từ lúc đầu đến giờ. Đức Phật nhìn vị này, rồi hỏi, đời người dài bao lâu?.

Thầy Tỳ kheo này nhìn Đức Phật, lễ phép nói: "Thưa Đức Thế Tôn theo con nghĩ, đời người chỉ dài bằng một hơi thở mà thôi". Lúc đó Phật mới gật đầu mỉm cười. Phật nói, "Đúng thế, đời người chỉ dài bằng một hơi thở", bởi thở vào mà không thở ra thì xem như mất mạng. Nghe thấy thế, tất cả các môn đồ khác đều quay lại nhìn người đã đưa ra đáp án đúng, tỏ vẻ kinh ngạc. Thật sự đời người chỉ ngắn thế thôi sao? Họ hoài nghi, rồi nhìn Đức Phật, lúc này Phật đang gật đầu hoan hỷ khen vĩ Tỳ kheo ấy rằng đã thật sự hiểu được đạo lý trên đời này rồi.[62]

Thật vậy, đời người chỉ dài bằng hơi thở mà thôi. Chị của sư cô vừa mới đi khỏi 10 phút để ra ngoài dùng sáng, để sư cô chăm sóc má. Sư cô thì chưa đầy 5 phút sau khi vừa cà nhuyễn hai viên thuốc đem đến cho má uống (bỏ:chưa đầy 5 phút sau đem đến) thì má sư cô đã trút hơi thở sau cùng. Chỉ 10 phút thôi khi chị cô quay lại thì thấy sáu bác Sĩ vây xung quanh, đặt ống thở, tiêm thuốc và hô hấp, cấp cứu cho Má. Lúc này sư cô chỉ đứng sau lưng các Bác sĩ niệm Nam Mô Quán Thế Âm Bồ tát và tụng bài kinh cứu khổ (Bạch Y thần chú không ngừng). Chị đứng bên sư cô.

Sư cô nhắc chị hãy thành tâm chắp tay niệm Quán Thế Âm Bồ tát cầu nguyện cho má.

Chị: Tôi không niệm được nữa rồi, tôi thật sự không thể nào bình tỉnh để niệm được nữa mà sư cô ơi. Chị cô nghẹn ngào nước mắt giàn giụa nói:

Lúc nãy má còn thở mà. Tôi chỉ đi ăn sáng có 10 phút thôi quay lại liền mà, giờ sao Má lại như vậy nè?

Sư cô: Chị không được khóc. Phải mạnh mẽ lên, niệm Phật mà cầu nguyện cho Má đi. Khóc không giúp ích gì trong lúc này đâu chị, mà càng khiến Má thêm lưu luyến khó ra đi. Sư cô cầm hai tay chị lên, để chắp lại hình búp

62. Đời người dài bao lâu. https://mahaprajapatitrust.com/doi-nguoi-dai-bao-lau-i32

sen và nói:

- Chị niệm danh hiệu Quán Thế Âm Bồ tát đi nha. Còn sư cô đọc liên tiếp bài kinh Cứu khổ (Bạch y Thần chú và đọc tên tuổi của má liên tục... Nam Mô đại từ đại bi cứu khổ, cứu nạn Quán Thế âm Bồ tát. Bá thiên vạn ức Phật…. cứu độ cho đệ tử Sa Di Ni Bồ tát giới pháp danh Nhuận Hương, thế danh: Phan thị Gái, 67 tuổi…

Sáu Bác sĩ hồi phục hô hấp gần 3 tiếng đồng hồ, từ 8h40 sáng đến 11h20 nhưng nhịp tim của má hoàn toàn đã dừng hẳn. Lúc này bác sĩ báo tin má đã chết lâm sàng và đến 12h30 sẽ rút ống thở cho má và làm giấy Báo tử. Thế là định luật Vô thường thêm lần nữa không cho người mong đợi được như ý muốn. Má sư cô xả báo an tường, nối gót ba của sư cô về miền đất Phật.

"Nuốt lệ vào tim niệm hồng danh
Di Đà sáu chữ dạ chí thành
Cầu xin Phật rước Chơn linh má
Về miền Tịnh độ được nhàn thanh."

Lúc này đã không còn tia hy vọng nào nữa và sư cô bắt đầu chuyển qua niệm danh hiệu đức Phật Di Đà để tiếp dẫn Chơn linh Má. Sư cô thông báo về các chùa và phụng thỉnh chư tôn thiền đức Tăng Ni tại các tự viện mà sư cô quen biết đồng niệm Phật tiếp dẫn chơn linh của Má được sớm về Phật quốc. Rồi sư cô gọi điện về báo tin cho các anh em và các cháu đang ở khu cách ly đồng ngồi xếp bằng trang nghiêm để niệm Phật cầu nguyện cho Ba- Má.

Riêng sư cô ngồi kế bên Má vừa niệm Phật, vừa khai thị và gọi tên, pháp danh của Má hãy xã báo an tường, nhất tâm nghe theo tiếng niệm Phật của sư cô mà niệm theo, để được Phật và thánh chúng tiếp dẫn về Tây phương cực lạc.

Sư cô xin Bác sĩ cho phép niệm Phật cho má 8 tiếng hồ rồi mới đưa ra lò hỏa táng. Vì má là tu sĩ, nên các bác sĩ hoan hỷ cho má được lưu tại giường bệnh và ở phòng chăm sóc đặc biệt đến 5h30 chiều. Còn các bệnh nhân khác mất vì Covid chỉ sau 30 phút là có đội mai táng đem bỏ xác vào túi ni lông, xịt khuẩn toàn thân rồi đem đi hỏa táng liền.

Trước khi Má mất, cũng có hai bệnh nhân vừa tử vong và được đem ra khỏi bệnh viện liền. Nhìn thấy thân nhân quỳ khóc mẹ vừa qua đời ở giường bệnh đối diện với má. Sư cô vì lòng từ bi thương xót cho những người cùng khổ, sư cô đến bên giường của bệnh nhân nữ đó, khuyên cô con gái chắp tay niệm Phật để cầu nguyện cho mẹ cô ấy.

Trước khi đội mai táng đến, sư cô niệm Phật kịp 10 câu và đọc tên tuổi kỳ siêu cho cụ bà, nguyện linh hồn cụ bà xả bỏ mọi lưu luyến thế gian, nghe tiếng niệm Phật mà niệm theo, để được sanh về cõi lành. Sau đó, sư cô tiếp tục quay về niệm Phật và khai thị cho Má. Điều nhiệm mầu của Phật pháp là ngay trong phòng chăm sóc đặc biệt này, mọi người khi thấy sư cô niệm Phật cho má cô và người chết xung quanh thì bốn người chăm sóc cha mẹ họ chung phòng, đều chắp tay niệm Phật theo cô, để cầu nguyện cho cha mẹ họ. Đặc biệt, cậu thanh niên giường kế bên má Cô nằm, còn thành tâm quỳ gối chắp tay niệm Phật, cầu xin cho cha mẹ cậu ấy vượt qua nguy kịch.

Trợ duyên cho cụ bà xong, sư cô quay về giường má, Sư cô gọi tên má và kêu má cùng niệm Phật với sư cô và nhất tâm kêu gọi các hương linh đã mất trong bệnh viện này hãy niệm Phật theo Má, theo sư cô để được Phật tiếp dẫn.

Liên tiếp như thế suốt từ lúc 8h40 sáng đến 5h30 chiều,

sư cô ngồi niệm Phật và khai thị cho má, mà không còn nghe cảm giác đói hay khát gì cả. Sư cô không uống giọt nước, cũng không ăn chén cơm nào. Chỉ một lòng muốn ở bên má, niệm Phật cho má được vãng sanh. Điều sư cô cảm thấy nhẹ nhỏm và bình an nhất khi ở bên má, là sau khi niệm Phật được một thời gian, toàn gương mặt của má cô chuyển từ tái xanh của người chết sang hồng tươi, an lạc, thư thái của người đang nằm ngủ. Cô tin chắc chắn rằng, nhờ niệm Phật và tất cả những công đức lành Má từng vun trồng lúc sanh tiền, nên khi lâm chung đã được sanh về cõi lành.

Nhờ có huynh đệ bên ngoài trợ duyên và sắp xếp việc mai táng hậu sự cho má, nên trước khi làm lễ nhập quan trước cổng bệnh viện, hai chị em cô được tận tay đắp "Mền Quang Minh và Y Sa Di" cho má lần sau cùng, trước khi đưa má lên xe về đài hỏa táng. Cả tỉnh, thành phố đều đóng cửa mua bán và cấm vận mọi lưu thông. Vậy mà lúc này lại nhờ được thầy A.P thỉnh được Mền Quang Minh đắp cho má, quả thật là đại phước duyên hy hữu của Má rồi.

Trước khi đưa Má ra cổng bệnh viện nhập quan, sư cô đã tìm đến chiếc giường gần đó, nơi mà ba cô đã nằm trút hơi thở sau cùng vào buổi sáng ngày 23 tháng 07 năm Tân Sửu. Cô đến bên chiếc giường, niệm Phật, gọi tên tuổi, pháp danh của ba rồi chắp tay thưa Ba hãy nghe theo tiếng niệm Phật của con, rồi Ba với má theo hai chị em con về Am ở nhà của Ba má. Ba và má cô cùng ra đi chung một bệnh viện, chung một căn phòng, chung vào buổi sáng, chỉ cách nhau có 5 ngày sau đó. Nhưng đáng tiếc rằng khi Ba mất cô không có mặt để niệm Phật cho Ba, cũng không có cơ hội nhìn tận mặt ba lần sau cuối.

Căn phòng ấy có cả Ba và má

Hai đấng sanh thành cùng một tháng ra đi

Bao nỗi khổ kết thành mây che phủ

Cách chia này muôn thuở chẳng tương phùng.

Tiễn má lên xe tang, rồi hai chị em cùng chở nhau trên xe Honda quay về nhà, vừa đi vừa niệm Phật Di Đà và gọi tên Ba Má theo các con về nhà.

Không khí ám đạm của khu bệnh viện đầy mùi tang tóc đau thương ly biệt, và nước mắt bao người tuôn chảy thành sông. Bởi vì không chỉ gia đình cô gặp cảnh tang thương mà cả đất nước đang chìm trong đại dịch. Cả thế giới đều chịu cảnh sanh ly tử biệt đau lòng. Hay tin cha mẹ của cậu con trai của giường bệnh kế bên Má nằm cũng qua đời sau 03 ngày Má mất. Trước nhà cô có chị K (49 tuổi), sau khi vào bệnh viện tỉnh 5 ngày cũng qua đời, bỏ lại hai đứa con thơ còn đang học. Chồng thì bệnh nặng. Đầu khu phố có bác hai T qua đời sau má 4 ngày v.v. Ôi! Đau xót thay!

4.5. KHÔNG TIN COVID 19 VÀ KHÔNG ĐEO KHẨU TRANG NÊN NGƯỜI ANH BỊ CHẾT

Còn nhớ hơn hai năm về trước khi mới bắt đầu bộc phát Covid 19, nước Mỹ bị nhiễm bệnh nhiều nhất và số người tử vong lên cao nhất thế giới ! Dù sở hữu một nền y tế văn minh nhất, nhưng thật xui xẻo, nhà lãnh đạo ở đây không tin những lời nói của các nhà khoa học, của giới bác sĩ chuyên môn, trái lại nghe theo các nhà chính trị cực hữu đưa ra các thuyết âm mưu, nói những lời dối trá, bịp bợm, cho rằng Covid 19 không khác gì bệnh cảm cúm, nên kêu gọi người dân không cần đeo khẩu trang, từ chối chích thuốc ngừa, trong khi họ lén lút đi chích ngừa!

Ngồi viết vài hàng này mà tâm trạng người viết ăn năn và thương nhớ thật nhiều về người anh đã tử vong vì Covid 19. Trong gia đình người viết còn 6 anh chị em, chỉ có một người tin theo những lời dối trá về sự chối bỏ Covid 19; về Covid 19 như bệnh cảm cúm; về Covid 19 không nguy hiểm và không lây lan, nên không cần đeo khẩu trang v.v... mà các đài tivi ra rã hằng ngày, cùng các trang mạng, email gửi cho nhau, tung tin hoàn toàn sai sự thật và lôi kéo số đông người nghe theo. Bởi không muốn tranh cãi mất tình thân thiết anh em, mỗi khi gửi text san sẻ tin tức cho nhau về Covid 19, các anh em của người viết tránh gửi text cho người anh cuồng tín, tin theo những lời bịp bợm và dối gian về Covid 19. Như có 6 con ngựa cùng chung kéo một cỗ xe, trong đó 5 con ngựa đầu hướng về phía trước, chạy theo con đường chánh, rộng rãi và chỉ một con ngựa ngã đầu về bên trái, muốn chạy theo đường tà, nhỏ hẹp.

Sáu anh em của người viết giống như thế, cứ thế mà sống vui vẻ, hoà thuận với nhau, không cãi cọ mất tình hoà khí anh em trong gia đình. Nhưng cái chết của người anh thứ năm về Covid 19 đã khiến người viết rất ân hận rất nhiều không thuyết phục người anh bằng chánh pháp, bằng chân tâm, bằng những lời ôn nhu hãy đừng mê muội trước những dối trá của nhóm bảo thủ, cực đoan, tham vọng chính trị, dù biết rằng khó mà thay đổi được tâm tà kiến và chấp chặt của người anh. Sau này dù cố tình che dấu, người anh không chịu đeo khẩu trang khi đi hộ niệm một bạn đạo vừa mất, là lý do bị nhiễm Covid 19, để 10 ngày sau lìa đời trong bệnh viện mà không có người thân nào bên cạnh, để lại niềm thương tiếc khôn nguôi cho thân nhân, họ hàng và các bạn đạo !

Theo thống kê mới nhất trên toàn thế giới có gần 550 triệu người bị nhiễm Covid 19, gây tử vong hơn 6 triệu người. Còn tính riêng ở Mỹ có hơn 60 triệu người bị nhiễm và hơn 1 triệu người thiệt mạng, trong số ấy có người anh thương mến của người viết ! Thế mà hiện nay vẫn còn có người mù quáng, dại khờ và vô minh tin theo các lời láo khoét, hoàn toàn sai sự thật, không tin có Covid-19 hiện diện trên toàn cầu ! Đó là những chính khách cực hữu, những đài tivi bảo thủ, những tờ báo cùng những trang mạng theo phe phái trên, thường tung ra những lời dối trá, bịp bợm và được số lớn người nghe theo.

Họ tiếp tục nói những lời dối trá về Covid-19, về cuộc bầu cử, về bất cứ vấn đề gì đem lại lợi ích và danh vọng cho họ, để lôi cuốn những người dại dột và vô minh tin vào lời lừa dối đó. Họ không muốn chích ngừa Covid-19. Họ không chịu đeo khẩu trang. Họ bất tuân lời kêu gọi của Chính phủ hãy đi chích ngừa và đeo khẩu trang, để bảo vệ cho mình và cho các người chung quanh. Họ cũng không cho phép các con cái họ tiêm chích và đeo khẩu trang đến trường lớp. Người viết vừa được kể chuyện về một người cha là một vị bác sĩ có chút tiếng tăm trong cộng đồng VN ở vùng nam Cali, đã không được người vợ ly hôn cho phép đến tham dự hôn lễ của cô con gái, với lý do người cha đã không chịu chích ngừa Covid 19. Cho hay không phải hầu hết những người lớn tuổi, ít học mới vô minh, mù quáng và cuồng tín, cũng có những người có đầu óc, học cao, bằng cấp, địa vị, vẫn ngốc nghếch tin theo lời dối trá về Covid 19 cùng những lời bịp bợm gian dối.

Những người tung ra những lời dối trá về Covid 19, về kết quả bầu cử v.v... khác nào là những tỷ kheo trong tăng đoàn Đề Bà Đạt Đa. Họ chẳng khác nào bọn trộm cướp ngôi gần chuồng voi bàn chuyện gian ác hại người. Còn những người cuồng si nghe các lời dối trá trên đúng là con voi Mahilamukha, tiền thân của vị Tỳ kheo, một đệ tử của Đức Thế Tôn.

Nhưng con voi Mahilamukha đã tỉnh ngộ sau khi được nghe các vị Sa môn nói những lời ái ngữ để không còn hung tàn, nổi sân giết hại người nữa. Còn hiện tại vẫn còn nhóm người cuồng si, ngu muội và mù quáng tiếp tục tin những lời gian dối, lừa phỉnh của khuynh hướng bảo thủ, cực đoan, của các nhà chính trị hám lợi danh trên xứ Mỹ ! Nhóm người cùng cực vô minh trên không biết phục thiện, vẫn u tối mê muội, tiếp tục nối dài bàn tay tuyên truyền những lời dối gian gạt người. Họ còn thua con voi Mahilamukha! Và họ đã quên lời dạy của Như Lai trong kinh Pháp Cú câu 176:

Ai vi phạm một pháp
Ai nói lời Vọng ngữ
Ai bác bỏ đời sau
không ác nào không làm.

4.6. NHỮNG BÔNG SEN TỎA HƯƠNG

Vào những ngày cuối tháng 8 năm 2021, trên Hệ thống Quốc gia quản lý ca bệnh COVID-19, số người nhiễm COVI D-19 ở Việt Nam mỗi ngày gần 13.000 ca, tập trung đông nhất ở thành phố Hồ Chí Minh và Bình Dương.[63]

---

63. Trần Mỹ Hiền (thực hiện), Những "anh hùng" thời Covid, Thứ Năm, 02/09/2021.
https://cand.com.vn/dien-dan-van-nghe-cong-an/nhung-anh-hung-thoi-covid--i626719/

Đã có không ít những hình ảnh được chia sẻ của các nhóm thiện nguyện trên khắp mọi miền Tổ quốc. Trong đó có những người đã ngã xuống vì COVID-19 trong khi thực hiện nhiệm vụ thiện nguyện. Tấm lòng họ sáng mãi trong lòng dân.

Đó là những tấm gương hi sinh của:

- Anh Vũ Quốc Cường (Cường "béo")
- Ca sĩ Phi Nhung

Họ chính là những bông sen tỏa hương giữa tâm dịch mang lại may mắn, an ủi cho những nạn nhân COVID-19.

4.6.1. VŨ QUỐC CƯỜNG

Hình ảnh của anh chủ quán cơm chay thiện nguyện Vũ Quốc Cường đưa từng suất ăn đến cho người nghèo trước khi anh mất có sức lan toả mạnh mẽ trong cộng đồng.

Anh Vũ Quốc Cường trong các hoạt động từ thiện. (Hình: Vietnam Net)

Hồi mới đầu dịch anh bán có 5.000 đồng/suất cơm chay, nhưng sau thấy nhiều bà con đói khổ quá, vậy là cả nhà quyết định phát cơm chay hoàn toàn miễn phí. Cả gia đình anh cùng bạn bè vẫn đưa những phần ăn ấm áp nghĩa tình đến những khu cách ly và bệnh viện dã chiến. Trước khi anh mất được nửa tháng thì mẹ anh cũng mắc COVID-19.

Ngày 16/8 anh Cường phát hiện mắc COVID-19 sau 2 tháng tích cực công việc thiện nguyện giúp đỡ người nghèo. Ngay sau khi nhận được tin anh Cường mất vào ngày 22/8, cùng ngày Chủ tịch nước Nguyễn Xuân Phúc gửi thư chia buồn đến chị Nguyễn Thị Tuyết Lan (vợ anh Cường):

"Những việc làm thiện nguyện cao đẹp của anh Cường như những bông hoa sen sẽ tiếp tục tỏa hương thơm, nhắc nhở và khơi dậy hơn nữa những trái tim nhân ái, những lẽ sống cao đẹp, cống hiến vì cộng đồng và xã hội.

Với lẽ đó tôi mong chị cùng với các cháu và gia đình ta lúc này hãy mạnh mẽ như cách sống, niềm tin và tinh thần thiện nguyện của anh Vũ Quốc Cường.

Xin nén đau thương và hãy tự hào về người chồng, người cha, người con, người bạn của mình. Sự ra đi của anh Cường không chỉ là lời nhắc nhở về mức độ nguy hiểm của dịch bệnh, hình ảnh kiên cường, tận tâm của anh với cộng đồng trong lúc khó khăn, mà còn là niềm tự hào của tất cả chúng ta về sự quả cảm và những tấm lòng nhân ái, thiện nguyện trong xã hội, sẵn sàng phụng sự, dấn thân vì cộng đồng, về tinh thần Việt Nam.

Và tôi càng thêm xúc động khi một cháu là con của anh, chị cũng đang tham gia tuyến đầu chống dịch."

Hiện nay, bản thân chị Lan vợ anh và 3 người trong gia đình đang mắc COVID-19 nhưng chị đã âm tính trở lại. Sau sự ra đi của anh, chị và những người gia đình cùng anh em bạn bè vẫn miệt mài làm tiếp công việc mà tâm nguyện trước đây khi anh còn sống, khi anh mắc covid chưa biết tính mạng ra sao vẫn dặn dò các cộng sự hãy cố gắng hết sức tiếp tục công tác thiện nguyện mang cơm đến cho người đang bị nạn trong vùng dịch.

4.6.2. NỮ CA SĨ PHI NHUNG

Ca sĩ Phi Nhung, 1970-2021. (Hình: Vietnam Net)

Nữ ca sĩ Phi Nhung lẽ ra bay về Mỹ vào tháng 8 dể làm show quyên góp tiền từ thiện về Việt Nam chống dịch, nhưng chị đã nán lại tham gia công tác thiện nguyện trao máy thở cho bệnh viện dã chiến và trao lương thực cho bà con trong vùng tâm dịch. Mặc dù chưa được tiêm vaccine nhưng chị tình nguyện đến với bà con ở vùng nguy cơ cao.

Chị bị nhiễm Covid-19 khi đi làm thiện nguyện và được chuyển vào Bệnh viện Chợ Rẫy trong tình trạng rất nặng, phải lọc máu chạy máy thở khiến nhiều người rưng rưng rơi lệ và đang ngày đêm cầu nguyện cho chị khỏi bệnh. Đã, đang và còn tiếp những tấm gương sáng ngời về lòng nhân hậu thương người như thể thương thân, và một ý chí thép, tinh thần đại đoàn kết yêu thương của cả một dân tộc cần lao. Thật đáng trân trọng biết bao. Có những cái chết hóa thành bất tử!

Trần Mỹ Hiền (thực hiện)

4.7. SÀI GÒN TRONG MÙA DỊCH

Trung Hiền

Sài Gòn vắng vẻ, nằm yên không một tiếng động. Sài Gòn của chúng ta đang bị thương, bị nặng lắm rồi! Chưa bao giờ thấy Sài Gòn không một tiếng còi xe như thế này.[64]

Trưa nay, lúc đang dọn cơm cúng quá đường, con bỗng nghe tiếng điện thoại của Sư chị Tri sự vang lên - một số lạ. Sư chị bật loa ngoài lên và đầu dây bên kia là một giọng nói đầy hoảng hốt: Sư cô ơi! Họ mới đem tro cốt chồng con về để trước nhà, con mới chỉ biết nấu cơm, giờ cúng bái như thế nào hả sư cô, xin chỉ con với ạ.

Nghe đến đây, lòng con tự nhiên chững lại. Giọng nói của chị ấy cứ văng vẳng bên tai đến tận giờ. Giọng chị lạc đi có lẽ vì đau đớn quá, không thể khóc nên thành lời nữa. Lúc anh lên xe cứu thương đi chữa trị, cả gia đình mong ước anh mau lành bệnh trở về nhà đoàn tụ với gia đình, ngày ngày mong ngóng và đợi chờ. Để rồi đến khi

64. Trung Hiền, Sài Gòn - Mùa Đau Thương. https://thuvienhoasen.org/p96a36502/11/sai-gon-mua-dau-thuong

anh về không còn trong hình hài như ngày đầu anh ra đi nữa. Anh đã an nghỉ trong yên lặng chỉ một mình anh. Lúc chiến đấu với tử thần chỉ một mình và lúc ra đi cũng chỉ có một mình, không người thân nào được có mặt do dịch bệnh. Còn điều gì đau đớn hơn nữa đây! Thương cho chị, cho gia đình chị. Dù đã được học sinh, lão, bệnh, tử vốn là sự vận hành tự nhiên của trời đất, sóng mũi con vẫn cay cay. Có lẽ phải ở trong hoàn cảnh của chị, ta mới thấu hiểu được nỗi đau chị và gia đình đang phải mang.

Chùa Vĩnh Nghiêm trong Đại dịch COVID-19,
(Hình: Thư Viện Hoa Sen)

Sài Gòn mấy hôm nay mưa nhiều và to lắm. Mưa ....có lẽ để rửa đi những vết thương mà dịch bệnh đã và đang để lại trong lòng mỗi người con của thành phố và cả nước. Cũng là để xoa dịu đi những đau thương của bao sự ra đi mất mát người thân. Chị là một trong số đó, còn biết bao gia đình cũng phải chịu sự chia lìa trong đớn đau như vậy. Xót xa quá!

Từ sáng sớm, Sài Gòn vắng vẻ, nằm yên không một tiếng động. Sài Gòn của chúng ta đang bị thương, bị nặng lắm rồi! Chưa bao giờ thấy Sài Gòn không một tiếng còi xe như thế này. Hồi xưa náo nhiệt và kẹt xe mỗi buổi tan sở, làm ta luôn khó chịu, gắt gỏng với người bên cạnh thì có lẽ bây giờ chúng ta lại ao ước được kẹt xe, được dầm mưa như những tháng ngày trước biết bao nhiêu.

Nhìn vậy, để chúng ta trân quý các điều hạnh phúc mình đang có. Dù bị hạn chế đi lại, mọi người ở nhà thay vì kêu ca chán nản, hãy biết trân quý khoảng thời gian quý báu này để quây quần bên người thân thương. Cả năm, suốt tháng chúng ta đã đem thân tâm ra ngoài đi làm với công việc hằng ngày rồi, giờ là thời điểm ta hãy quay về chăm sóc lấy bản thân và những người ta thương. Tận dụng thời gian này, nên đọc cuốn sách nào đó ta tâm đắc, mà trước giờ chưa có thời gian đọc, nấu những bữa cơm đầy năng lượng yêu thương, hay nghe một bài pháp thoại tìm về điểm tựa tâm linh để gột rửa tâm hồn và nuôi dưỡng lòng từ ái.

Chết một cái rồi thì còn gì đâu mà giận , mà trách nữa… có phải không?

Thay vì cãi nhau, giận hờn, oán thán thì hãy trân quý và dành cho nhau những lời nói ái ngữ, tình thương yêu và tạo nên những tháng ngày an vui, bình yên và hạnh phúc. Bởi vì, ta chẳng thể biết ta còn sống, còn hiện hữu được với những người ta thương bao lâu nữa đâu.

4.8. XÚC ĐỘNG CHUYỆN GIAO TRO CỐT NGƯỜI MẤT DO COVID-19

Giao tro cốt sớm để người mất được mát mẻ

Lúc đầu, anh Đức Anh định trưa đi nhận tro cốt được đặt trong nghĩa trang huyện Hóc Môn, rồi mang giao cho người nhà bởi phải giải quyết nhiều việc quan trọng ở cơ quan. Tuy nhiên, cảm xúc như mách bảo, anh Đức Anh gác lại mọi chuyện và đi nhận tro cốt từ sớm. [65]

Trưa nắng lắm. Do vậy, phải đi sớm để người mất được mát mẻ. Với lại, đi sớm để hương hồn người đã mất mau về nhà cùng con cháu. Trong hoàn cảnh này, yếu tố tâm linh không thể xem nhẹ" - anh Đức Anh trải lòng.

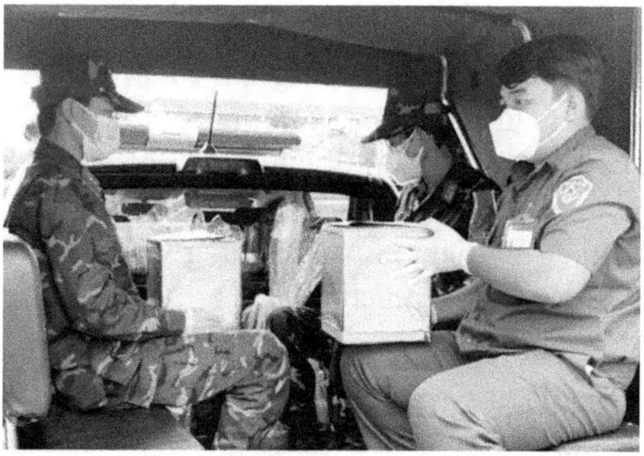

Anh Phan Đức Anh (phải) đang ôm hủ tro cốt người mất vì COVID-19 để trao cho gia đình. (Hình: Phương Thanh/PLO)

Ôm chặt hũ tro cốt của bà LTHH (57 tuổi, ở ấp Vạn Hạnh, xã Trung Chánh) vào lòng, anh Đức Anh không dám đi nhanh sợ đánh thức giấc ngủ người đã khuất. Gần tới nhà, anh Đức Anh thấy con trai, con dâu cùng cháu nội bà H đứng chờ trước cửa, tay quẹt nước mắt.

-"Do đang giãn cách xã hội nên chúng tôi không thể vào nhà. Tôi đặt nhẹ hũ tro cốt bà H lên chiếc bàn được bày sẵn trước cửa, anh công an đi cùng đặt giỏ trái cây

65. Trần Ngọc, Xúc động chuyện giao tro cốt người mất do COVID-19. https://plo.vn/xuc-dong-chuyen-giao-tro-cot-nguoi-mat-do-covid-19-post650326.html

cạnh bên. Sau đó, chúng tôi kính cẩn vái lạy bà H rồi lập biên bản bàn giao tro cốt cho gia đình" - anh Đức Anh nói.

"Trước khi về, chúng tôi động viên con cháu bà H cố gắng vượt qua nỗi mất mát quá lớn này. Chúng tôi cũng dặn dò gia đình nhớ cúng cơm cho bà H mỗi ngày" - anh Đức Anh nói thêm.

Tiếp theo, tro cốt của bà NTY (65 tuổi, ở ấp Trung Chánh 2, xã Trung Chánh) cũng được anh Đức Anh cùng anh công an mang trao cho người nhà. "Lúc này, mặt trời lên khá cao. Anh công an đi cùng lấy nón đặt trên hũ tro cốt để che nắng cho người đã khuất. Nhiều người sống cùng hẻm bà Y không khỏi xúc động khi nhìn thấy hình ảnh này" - anh Đức Anh cho biết.

"Thấy hũ tro cốt bà Y từ xa, chồng cùng bốn người con bà Y ôm nhau khóc nghẹn. Cảm xúc trong chúng tôi cũng bùng dậy khiến quang cảnh xung quanh bị nhòe bởi dòng nước mắt" - anh Đức Anh chia sẻ.

Làm trọn cái tâm do người thân cũng mất vì COVID-19

"Hũ tro cốt người mất do Covid-19 tôi ôm trong lòng đầu tiên là của ông NVN (68 tuổi, ở khu phố 1, phường Đông Hưng Thuận, quận 12, TP.HCM).

Chuyện xảy ra cách nay hơn tháng nhưng ấn tượng tôi không thể quên" - anh Nguyễn Thanh Sơn, Chỉ huy trưởng Ban chỉ huy Quân sự phường Đông Hưng Thuận, trải lòng.

Đó là vào một buổi sáng mưa tầm tã, anh Sơn được phân công đi cùng lãnh đạo địa phương nhận hũ tro cốt của ông N để trao cho gia đình. Lần đầu tiên làm nhiệm vụ này, anh Sơn không tránh khỏi những lo lắng ban đầu.

"Chúng tôi định để tạnh mưa hãy đi. Tuy nhiên, chợt nghĩ gia đình người mất đang nóng lòng nên chúng tôi lên xe chạy tới Ban chỉ huy Quân sự quận 12 nhận hũ tro cốt ông N, mặc mưa mỗi lúc mỗi nặng hạt" - anh Sơn chia sẻ.

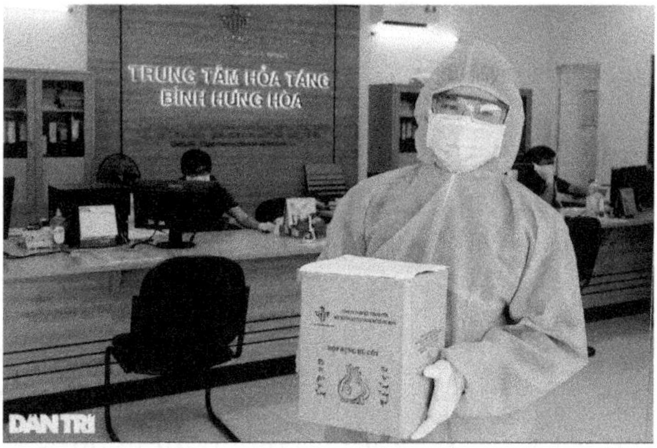

Nhân viên Trung tâm hỏa táng Bình Hưng Hòa làm thủ tục bàn giao hai đợt tro cốt người mất vì Covid-19 cho tổ công tác để giao cho người thân. (Hình: Dân Trí)

Gia đình ông N sống trong hẻm nhỏ, ô tô không thể chạy vô. Do vậy, anh Sơn mặc áo mưa, ôm chặt hũ tro cốt ông N rồi đi từng bước vào nhà. "Con hẻm khá dài, mưa cứ trút nước, khiến tôi không khỏi lo lắng nước mưa văng trúng hũ tro cốt sẽ làm người đã khuất thêm lạnh lẽo. May mắn chuyện này đã không xảy ra" - anh Sơn tỏ lòng.

Nhận hũ tro cốt, con trai ông N khóc nấc, nghẹn lời và cố thốt hai từ "cám ơn" khiến những người có mặt không khỏi chạnh lòng.

"Công việc bàn giao tro cốt ông N cho người thân tôi đã làm xong. Những ngày sau, tôi tiếp tục trao hơn 30 hũ tro cốt người mất vì Covid-19 cho gia đình. Không quản mưa nắng, sớm khuya, tôi cùng lãnh đạo địa phương cố gắng bàn giao tro cốt trong thời gian sớm nhất để người thân vơi bớt nỗi đau và chăm lo chuyện hương khói. Tôi làm trọn cái tâm bởi đồng hoàn cảnh khi người cha kính yêu của tôi cũng đã mất vì Covid-19" - anh Sơn bộc bạch.

4.9. COVID-19 TÀN PHÁ ẤN ĐỘ "NHƯ THẾ CHIẾN THỨ HAI"

(Dân trí) - Bác sĩ Ấn Độ mô tả làn sóng dịch Covid-19 mới tại nước này như "Chiến tranh thế giới thứ hai" khi số ca tử vong lên tới 2.500 người mỗi ngày.[66]

Từ bỏ khẩu trang và giãn cách xã hội, tụ tập chính trị, tổ chức những lễ hội tôn giáo kéo dài hàng tháng và đám cưới xa hoa. Tiến sĩ Parkar cho biết chính những "ổ dịch" này đã khiến vi rút hoành hành khắp đất nước.

Theo Reuters, Ấn Độ hiện ghi nhận khoảng 347.000 ca nhiễm mới mỗi ngày. Hệ thống y tế vốn đã quá tải nay đứng trên bờ vực sụp đổ. Mỗi ngày trôi qua, Ấn Độ có hơn 2.500 người tử vong vì Covid-19.

Tính đến nay, Ấn Độ ghi nhận gần 17 triệu ca mắc Covid-19, trong đó có hơn 192.000 ca tử vong. Quốc gia Nam Á hiện là tâm dịch lớn thứ 2 thế giới, chỉ sau Mỹ.

Thủ đô New Delhi của Ấn Độ là khu vực bị ảnh hưởng nặng nề nhất, ghi nhận 24.331 ca nhiễm và 348 trường hợp tử vong hôm 23/04/2021.

66. Covid-19 Tàn Phá Ấn Độ "Như Thế Chiến Thứ Hai." Ngày 26/04/2021.
https://dantri.com.vn/the-gioi/2500-nguoi-chet-moi-ngay-covid-19-tan-pha-an-do-nhu-the-chien-2-20210425095345077.htm

BÁO ĐỘNG SỐ NGƯỜI CHẾT THỰC SỰ SAU NHỮNG GIÀN THIÊU ĐỎ LỬA Ở ẤN ĐỘ

(Dân trí) - Con số thống kê từ các lò hỏa táng hoạt động hết công suất tại Ấn Độ cho thấy số người chết vì Covid-19 thực tế cao gấp nhiều lần so với số liệu công bố chính thức.[67]

Mỗi ngày chính phủ Ấn Độ ghi nhận hơn 300.000 ca mắc Covid-19 mới, chiếm gần một nửa số ca nhiễm trên toàn cầu và lập kỷ lục thế giới.

Làn sóng Covid-19 thứ hai tại Ấn Độ đang nhanh chóng biến thành một cuộc khủng hoảng tàn khốc. Các bệnh viện quá tải bệnh nhân, nguồn cung ôxy cạn kiệt, những người tuyệt vọng cận kề với cái chết vẫn phải xếp hàng chờ gặp bác sĩ - và thu thập bằng chứng cho thấy, số người chết trên thực tế cao hơn nhiều so với con số báo cáo chính thức.

Mặc dù các số liệu được công bố về dịch Covid-19 tại Ấn Độ đã đủ khiến cả thế giới bàng hoàng, song các chuyên gia cho rằng những con số đó mới chỉ thể hiện một phần nhỏ tốc độ lây lan thực sự của vi rút khiến Ấn Độ rơi vào tình trạng khẩn cấp. Trên khắp đất nước vẫn còn hình ảnh những người bệnh nằm thoi thóp tại các bệnh viện hỗn loạn, trong khi chính các cơ sở y tế này cũng đang cạn kiệt ôxy cứu trợ.

Sự gia tăng đột biến về số ca nhiễm trong những tuần gần đây đã làm dấy lên nghi ngờ về số người chết thực sự vì Covid-19 tại Ấn Độ. Theo con số công bố chính thức,

---

67. Thành Đạt, Báo động số người chết thực sự sau những giàn thiêu đỏ lửa ở Ấn Độ, Chủ nhật, 25/04/2021 - 13:34. https://dantri.com.vn/the-gioi/bao-dong-so-nguoi-chet-thuc-su-sau-nhung-gian-thieu-do-lua-o-an-do-20210425131621605.htm

số ca tử vong tại Ấn Độ hiện lên đến gần 200.000 người, với hơn 2.000 người chết mỗi ngày.

Các cuộc phỏng vấn do New York Times thực hiện tại các cơ sở hỏa táng trên khắp Ấn Độ, nơi các giàn thiêu hoạt động suốt ngày đêm, cho thấy số ca tử vong trên thực thế vượt xa số liệu chính thức.

Các nhà phân tích nhận định, các chính trị gia và giới chức y tế Ấn Độ có thể đã bỏ sót hoặc coi nhẹ số lượng người chết. Và vì xấu hổ, chính gia đình các nạn nhân có thể cũng đang che giấu, khiến tình hình dịch bệnh càng thêm phức tạp tại quốc gia 1,4 tỷ dân này.

"Đây là thảm họa về số liệu. Từ tất cả mô hình tính toán mà chúng tôi đã thực hiện, chúng tôi tin rằng số người chết thực sự cao gấp 2 đến 5 lần so với những gì được báo cáo," Bhramar Mukherjee, nhà dịch tễ học tại Đại học Michigan, người theo sát tình hình Ấn Độ, cho biết.

Tại một trong những khu hỏa táng lớn ở Ahmedabad - thành phố ở bang Gujarat, miền Tây Ấn Độ, những ngọn lửa từ lò hỏa táng thắp sáng cả bầu trời đêm. Lửa cháy suốt 24 giờ mỗi ngày, giống như một nhà máy công nghiệp không bao giờ tắt. Suresh Bhai, một công nhân tại khu hỏa táng, cho biết anh chưa bao giờ thấy một "dây chuyền" người chết không có điểm dừng như vậy.

Tuy nhiên, trên tờ giấy xác nhận trao cho gia đình các nạn nhân, Suresh không viết nguyên nhân tử vong là do Covid-19.

"Ốm, ốm, ốm. Đó là những gì chúng tôi viết", Suresh cho biết.

Khi được hỏi lý do điền thông tin như vậy, Suresh nói rằng anh làm theo chỉ đạo của cấp trên.

Trong hơn 13 ngày vào giữa tháng 4 năm 2021, giới chức thành phố Bhopal chỉ báo cáo 41 trường hợp tử vong liên quan đến Covid-19. Tuy nhiên, một cuộc khảo sát của New York Times tại các khu hỏa táng và chôn cất nạn nhân Covid-19 trong thành phố cho thấy, tổng cộng có tới hơn 1.000 người chết trong cùng khoảng thời gian này.

"Nhiều ca tử vong không được ghi nhận và con số này đang gia tăng mỗi ngày", Tiến sĩ G.C. Gautam, bác sĩ tim mạch tại Bhopal, cho biết. Ông nói rằng các nhà chức trách muốn giảm bớt số liệu tử vong vì "họ không muốn tạo ra sự hoảng loạn."

Hiện tượng tương tự cũng xảy ra ở Lucknow và Mirzapur, các thành phố lớn ở bang Uttar Pradesh, và trên khắp bang Gujarat. Tại những khu vực này, trong khoảng thời gian tương tự vào giữa tháng 4 năm 2021, các nhà chức trách báo cáo có từ 73 đến 121 ca tử vong liên quan đến Covid mỗi ngày. Nhưng số liệu chi tiết được tổng hợp bởi một trong những tờ báo hàng đầu của bang Gujarat, Sandesh - tờ báo cử các phóng viên đến các khu hỏa táng và chôn cất trên toàn bang, chỉ ra rằng con số thực tế cao hơn nhiều lần, khoảng 610 người mỗi ngày.

Hỏa thiêu là một phần quan trọng trong nghi thức tang lễ của người Hindu, được xem như một cách để giải thoát linh hồn khỏi thể xác. Những nhân viên làm việc tại khu hỏa táng cho biết họ đã hoàn toàn kiệt sức. Họ không bao giờ có thể nhớ được có bao nhiêu người đã chết trong khoảng thời gian ngắn như vậy.

Tại Surat, một thành phố công nghiệp ở Gujarat, các giàn thiêu được sử dụng nhiều đến mức tan chảy cả khung sắt. Tính riêng trong ngày 14/04/2021, các nhà hỏa táng nạn nhân Covid-19 ở Surat và Gandhi Nagar đã tiết lộ với

New York Times rằng họ đã hỏa táng 124 người, trong khi chính quyền cho biết chỉ có 73 người chết vì Covid-19 trong toàn bang.

Tại thành phố Kanpur, bang Uttar Pradesh, thi thể được đưa ra các công viên của thành phố để hỏa thiêu. Trong khi đó, tại nhà hỏa táng Vadaj ở Ahmedabad, có thể nhìn thấy những cột khói đen khổng lồ bốc lên.

Suresh Bhai cho biết lò hỏa táng nơi ông làm việc xử lý từ 15 đến 20 thi thể của bệnh nhân Covid-19 mỗi ngày. Khi ông trao đổi với New York Times hôm 23/04/2021, ba thi thể vẫn đang bốc cháy trên những giàn thiêu, cạnh đó là một đống củi mới được chặt. Đống củi ngày càng chất cao hơn để chuẩn bị hỏa thiêu những thi thể sắp được chuyển đến.

Nhiều tháng trước, Ấn Độ dường như đã ứng phó rất tốt với đại dịch. Sau khi đợt phong tỏa khắc nghiệt vào đầu năm ngoái được nới lỏng, Ấn Độ không còn ghi nhận số ca nhiễm và người chết đáng sợ như nhiều nước lớn khác. Điều này khiến nhiều quan chức và người dân Ấn Độ không đề phòng. Họ hành động như thể những ngày tồi tệ nhất đã qua.

Bây giờ, vô số người Ấn Độ đang phải lên mạng xã hội để gửi tin nhắn khẩn cấp, xin giường bệnh, thuốc men và ôxy để thở. Trên khắp Ấn Độ, các khu hỏa táng tập thể hoạt động suốt ngày đêm. Có những thời điểm hàng chục thi thể được hỏa táng cùng một lúc.

Trong khi đó, chiến dịch tiêm chủng vắc xin Covid-19 của Ấn Độ đang gặp khó khăn. Chưa đến 10% người dân Ấn Độ được tiêm ít nhất một mũi vắc xin, dù Ấn Độ là nhà sản xuất vắc xin hàng đầu thế giới.

Các bác sĩ cho rằng một phần nguyên nhân khiến Ấn Độ "vỡ trận" vì đại dịch là bởi sự xuất hiện của một biến thể vi rút được gọi là "đột biến kép", B.1.617. Biến thể này vừa có khả năng lây lan nhanh, vừa khó kiểm soát hơn so với vi rút thông thường.

4.10. MỸ: HÀNG TRĂM THI THỂ NẠN NHÂN COVID-19 VẪN NẰM TRONG XE ĐÔNG LẠNH TỪ THÁNG 4 NĂM 2020

Nhật Anh

VTV.vn - Theo tờ Wall Street Journal, thi thể 650 nạn nhân COVID-19 vẫn nằm chất chồng bên trong xe đông lạnh tại thành phố New York, Mỹ, do chưa có người nhận từ tháng 4 năm 2020 đến nay.[68]

Có khoảng 650 thi thể vẫn được lưu trữ bên trong các xe tải đông lạnh màu trắng, dọc bờ sông Brooklyn, thành phố New York. Hầu hết các thi thể này là những người chưa xác nhận được gia đình hoặc người thân của họ không có khả năng chôn cất theo hình thức truyền thống.

Những nhà xác tạm thời này được thành lập từ tháng 4, khi New York đang phải vật lộn với làn sóng dịch COVID-19 lan rộng với các ca mắc và tử vong ngày càng gia tăng. Hiện tại, số ca mắc tại thành phố này đã tăng lên gần 279.000 trường hợp và 19.537 ca tử vong.

Nhà chức trách của Văn phòng Giám định Y khoa cho biết: Họ đã phải rất vất vả để tìm kiếm thân nhân cho

68. Nhật Anh, Mỹ: Hàng trăm thi thể nạn nhân COVID-19 vẫn nằm trong xe đông lạnh từ tháng 4 năm 2020. 07:09 ngày 24/11/2020. https://vtv.vn/suc-khoe/my-hang-tram-thi-the-nan-nhan-covid-19-van-nam-trong-xe-dong-lanh-tu-thang-4-20201124023302169.htm

khoảng 230 thi thể. Trong những trường hợp này, có người đã bị gia đình ghẻ lạnh hoặc thông tin chi tiết về thân nhân không chính xác. Một số khác vẫn phải nằm lại xe tải đông lạnh vì gia đình họ không có đủ tiền mai táng.

Chi phí hỗ trợ mỗi dịch vụ mai táng truyền thống ở thành phố New York có giá khoảng 7.300 USD, rẻ hơn so với mức giá trung bình 9.000 USD thông thường khoảng 900 - 1.700 USD. Trong khi đó, Hiệp hội Các giám đốc tang lễ tại bang New York cho biết chi phí hỏa táng trung bình là khoảng 6.500 USD.

Bà Aden Naka, Phó Giám đốc điều tra pháp y của Văn phòng Giám định y khoa thành phố cho biết cơ quan của họ được xây dựng để quản lý khoảng 20 ca tử vong mỗi ngày. Tuy nhiên, đỉnh điểm của đại dịch vào mùa xuân năm nay đã khiến cơ quan bị quá tải, với 200 ca mắc mới mỗi ngày.

4.11. NHẬT KÝ TRONG NHÀ XÁC CỦA CÔ SINH VIÊN DÀNH CẢ THÁNG VẬN CHUYỂN THI HÀI TRONG ĐẠI DỊCH COVID-19

VTV.vn - Mariel Sander đã từng nghĩ sẽ dành tháng cuối cùng ở đại học cho những bữa tiệc tùng. Nhưng không, cô lại đi vận chuyển thi hài ra khỏi giường bệnh tới xe đông lạnh.[69]

Đại dịch COVID-19 đã cướp đi sinh mạng của 20.000 người dân thành phố New York, Mỹ và gây áp lực quá tải lên các nhà xác bệnh viện cũng như các nhà tang lễ lớn hơn

69. Diệu Linh (Theo New York Times), "Nhật ký trong nhà xác" của cô sinh viên dành cả tháng vận chuyển thi hài trong đại dịch COVID-19. Thứ năm, ngày 11/06/2020 16:31 GMT+7

bao giờ hết. Để có thể chống đỡ trước cuộc tấn công dữ dội của dịch bệnh, theo Sở Y tế thành phố, các bệnh viện đã thuê hơn 100 người làm việc tạm thời tại các nhà xác.

Và cô sinh viên năm cuối Mariel Sander là một trong số đó. Khi khuôn viên trường đại học khép lại, Sander mong muốn được góp sức mình trong cuộc chiến chống đại dịch của cả nước Mỹ. Cô đã gửi email cho các bệnh viện thành phố cho đến khi được nhận công việc 25 USD mỗi giờ để vận chuyển các thi thể bệnh nhân. Sander đã có buổi trò chuyện cùng Thời báo New York và một cái nhìn hiếm hoi về thực cảnh làm việc tại nhà xác bệnh viện dần được hé lộ phần nào cho công chúng…

Cô đã gặp phải những khoảnh khắc "ác mộng" khi những chiếc túi chứa thi thể người chết bị rách để lộ ra những phần chân tay không nguyên vẹn, rồi dòng chất lỏng chảy ra các ga trải giường... Thế nhưng, Sander cũng học được các nghi thức thể hiện sự tôn trọng với những thi thể người đã khuất. Cô được dạy cách chăm sóc các cơ thể này, một nghi thức đồng thời thể hiện sự tôn trọng dành cho cả những thành viên trong gia đình đã không thể có mặt tại bệnh viện để nói lời từ biệt với những người thân yêu của họ. Một công việc tác động mạnh đến cả mặt thể chất và tinh thần của cô sinh viên. Khi mang những thi thể đi, đôi lúc cô lại thoáng nhìn năm sinh của họ rồi tự nhẩm xem tuổi họ gần với tầm tuổi bố mình như thế nào.

"Trải nghiệm này đã mang đến cho tôi sự đồng cảm hơn bất kỳ điều gì tôi từng trải qua". Cô nói.

Những trang nhật ký về những ngày đặc biệt ấy được Sander chia sẻ lại.

Ngày 14/04/2020: "Chào mừng" đến với nhà xác

Lần đầu tiên Sander tận mắt nhìn thấy nhà xác bệnh viện. Đó là một căn phòng nằm gọn trong tầng hầm, có thể chứa được hơn chục thi thể. Thế nhưng ngày hôm nay có đến 90 thi thể cần lưu trữ. Vậy nên hai xe kéo đông lạnh đỗ bên ngoài được dùng như nhà xác tạm thời.

Cô học cách đeo khẩu trang N95 rồi đeo thêm mặt nạ phẫu thuật để che chắn mặt. Sau đó cô đeo thêm hai lớp găng tay và chiếc áo khoác phòng thí nghiệm.

Bên trong nhà xác bao trùm cảm giác lạc lõng giữa những thi thể không nguyên vẹn, những phần tay chân bị cắt cụt, nhau thai hay các mẫu vật khác được lưu trữ để phục vụ nghiên cứu.

Khi điện thoại nhà xác reo lên cũng là lúc cô vận chuyển thi thể đầu tiên. Y tá đặt thi thể vào một chiếc túi trắng. Những nhân viên nhà xác kiểm tra dây đeo cổ tay của thi thể để biết tên bệnh nhân, giúp nhặt đúng xác.

Sander đã cầm một chiếc túi đựng thi thể sai cách và nó bắt đầu rỉ nước ra. Rồi cô học cách cuộn tấm vải mỏng thành một bó và nắm chặt nó bằng tay của mình. Một kỹ thuật viên khác đã làm rơi chiếc túi đựng xác và chất lỏng bắt đầu chảy ra sàn. Sander nhìn đồng hồ trong nỗi kinh hoàng, nghĩ về những khoảng thời gian còn lại và lo lắng việc có thể tiếp xúc với loại virus chết người.

Sau ngày làm việc đầu tiên, Sander nghe thấy bài hát cổ vũ các nhân viên y tế vang lên từ căn hộ cô đang ở tại Manhattan East Village lúc 7 giờ tối. Đôi mắt cô ngấn lệ...

Ngày 16/04/2020: "Tôi sợ lắm"

Sander đứng một mình trong nhà xác. Nó tối đen, chỉ được chiếu sáng bởi chiếc đèn cầm tay mà cô mang theo. Đột nhiên, cô vô tình thấy khuôn mặt một người đàn ông trong chiếc túi đựng xác đang mở. Trái tim cô như rớt xuống. Cô phải nói to lên để tự trấn tĩnh mình nhưng bao quanh vẫn là cảm giác bị lọt thỏm giữa hàng tá xác trên các kệ gỗ xung quanh.

Trong một lần đến phòng bệnh viện đón xác, cô thấy một bệnh nhân lớn tuổi đang ngồi trên giường, bên cạnh là một chiếc giường với thi thể bệnh nhân khác đã được quấn lại.

"Đây là người thứ hai ra đi kể từ khi tôi vào đây. Tôi sợ lắm". Bệnh nhân đó nói.

Trái tim Sander như tan vỡ. Cô muốn an ủi nhưng không biết phải làm thế nào. Họ trò chuyện ngắn ngủi và cô chúc anh mau bình phục. Một cuộc gặp gỡ hiếm hoi bởi vì bệnh nhân cùng phòng với những người không qua khỏi thường đã trong trạng thái bất tỉnh. Khi các nhân viên nhà xác vào phòng, họ thường chỉ nghe tiếng máy thở, bị ngắt quãng bởi tiếp bíp từ màn hình.

Sander cũng chứng kiến cảnh một nhân viên bệnh viện đang di chuyển chính xác của cha mình lên cáng. Cô ngạc nhiên khi thấy đôi tay anh vẫn vững vàng như thế nào. Khoảnh khắc ấy khiến cô suy nghĩ: mỗi cơ thể nằm lại ấy đều là người thân của một ai đó…

Sander cảm thấy sợ hãi mỗi lần chuông điện thoại từ nhà xác vang lên.

Ngày 23/04/2020: Một công việc thách thức sức chịu đựng

Sander không còn ngủ ngon giấc vì cô luôn ám ảnh hình bóng một cơ thể nằm trong chiếc túi và làn da trắng bợt của người chết. Thường thi thể chỉ nằm trong nhà xác từ 2-3 ngày. Thế nhưng đợt dịch bệnh này đã khiến những thi thể có khi lưu trữ đến 3-4 tuần. Cô đau lưng vì phải nhấc những xác người lên cáng hay vì khi đẩy cáng qua các hành lang quanh co, cô thường va vào tường.

Ngày 28/04/2020: Sáu thi thể vào buổi trưa

Ngày 01/05/2020: Những bó hoa vàng

Một người thân của đồng nghiệp Sander đã chết tại bệnh viện. Họ trang điểm khuôn mặt người đã khuất, mở túi để gia đình có thể nhìn thấy anh ấy lần cuối và rồi họ đặt những bông hoa màu vàng, tượng trưng cho hy vọng, lên cơ thể anh.

"Người nằm đó cũng có thể là cha, mẹ, em gái tôi vì đại dịch này quá kinh khủng và chúng ta không biết trước được điều gì". Sander nghẹn ngào nghĩ về gia đình.

Thật khó cho cô để gọi điện nói chuyện với bạn bè và chia sẻ rằng một ngày tốt lành ở bệnh viện sẽ là một ngày mà chỉ có 2-3 người ra đi.

Ngày 06/05/2020: "Tình bạn" trong nhà xác

Tình hình trong nhà xác trở nên lạc quan hơn, Sander dần thấy những chiếc giường trống trong phòng cấp cứu. Các nhân viên nhà xác có nhiều thời gian rảnh hơn. Họ bật nhạc trong chiếc iPod cũ và dạy nhau những điệu nhảy. Sander bất giác cảm thấy một cảm giác gắn bó với các nhân viên ở đây như những người bạn.

Ngày 08/05/2020: Lễ kỷ niệm

Khi các nhân viên đang đóng cửa xe tải chở 19 thi thể, một người nào đó đã hát bài Graduation (Tốt nghiệp). Sander đã bông đùa rằng có lẽ đây sẽ là một kỷ niệm còn đáng nhớ hơn cả lễ tốt nghiệp thực tế của cô.

Ngày 15/05/2020: Ngày cuối cùng

Chỉ còn lại 9 thi thể trong nhà xác. Sander được xét nghiệm COVID-19. Cô dành thời gian cuối tuần đó đi dạo quanh khuôn viên trường Columbia cùng với bạn bè. Tất cả đều đeo khẩu trang. Cảm giác như cô trở lại làm sinh viên trong một thoáng.

Ngày 18/05/2020: Trở về nhà

Việc sẽ dự lễ tốt nghiệp trên mạng làm cô buồn... Nhưng bệnh viện lại gọi tới báo tin vui là Sander có kết quả xét nghiệm âm tính. Mẹ cô lái xe vào thành phố đón cô trở về nhà. Thật đúng lúc để cô có thể tham dự lễ tốt nghiệp ngay tại nhà, cùng với gia đình.

CHƯƠNG 5
TƯỞNG NIỆM NẠN NHÂN QUA ĐỜI VÌ COVID

Chết là cái chắc chắn đến với mỗi chúng ta, nhưng khi nó đến vẫn mang cho chúng ta một nỗi bàng hoàng, một sự đau buồn, nuối tiếc to lớn… Có gần 200 đất nước trên toàn cầu đã bị ảnh hưởng trầm trọng và tổn thất nhân mạng do đại dịch Covid-19. Những người may mắn không bị nhiễm, còn sống đều cảm thấy cô đơn, tâm lý trống trải khi nhìn vào căn nhà, chiếc xe, vườn cây, góc bếp, nơi những người thân yêu của họ đã từng cùng sống, cùng ăn, cùng ngủ, cùng chia ngọt sẻ bùi trong cuốc sống với họ, vốn hiện hữu trước kia với họ. Đây là một sự cảnh tỉnh chúng ta rằng mạng sống con người thật ngắn ngủi, còn tối mất, không thể đoán trước được và thật mỏng manh.

Tổ chức Y tế Thế giới (WHO)[70] cho biết rằng khoảng 15

70. WHO ước tính có đã có 15 triệu người trên thế giới đã chết vì COVID-19. (M.Q. Theo Nature)
World Health Organization (WHO) https://www.who.int

triệu người đã chết trong hai năm (2020-2021) của đại dịch Coronavirus. Trong khi Worldometers (ngày 28 tháng 4 năm 2023)[71] viết rằng số tử vong trên toàn cầu là 6.860.779 (7 triệu) và ca nhiễm là 704.753.890 (700 triệu).

Dù số lượng bảy triệu hay mười lăm triệu thì cũng là một con số thật khủng khiếp, không thể tưởng tượng nổi. Một phần của nhân loại đã bị chết oan uổng dưới sự xâm nhập của những siêu vi trùng cúm phổi vô hình SARS-CoV-2.

Có rất nhiều tổng thống quan chức, nhân vật VIP và chư tôn đức trưởng lão các tôn giáo trên toàn cầu đã gởi văn thư chia buồn cùng tổ chức trang nghiêm các lễ thắp nến tưởng niệm cầu siêu các bác sĩ, y tá, nhân viên, đồng bào, cán bộ, chiến sỹ, tình nguyện viên, … đã hy sinh khi phục vụ trong tuyến đầu chống dịch cũng như các nạn nhân SARS-CoV-2 đã ra đi một cách đau thương như sau:

5.1. HOA KỲ TƯỞNG NIỆM MỘT TRIỆU NGƯỜI MỸ CHẾT VÌ COVID

Tổng thống Joe Biden hôm 12/5/2022 tưởng niệm một triệu người Mỹ đã chết vì COVID-19, đánh dấu sự kiện mà ông gọi là "một cột mốc bi thảm" và kêu gọi người

The United Nations agency working to promote health, keep the world safe and serve the vulnerable.
Cơ quan Y Tế của Liên Hợp Quốc hoạt động nhằm tăng cường sức khỏe, giữ cho thế giới an toàn và phục vụ những người dễ bị tổn thương.
https://bvbnd.vn/who-uoc-tinh-co-da-co-15-trieu-nguoi-tren-the-gioi-da-chet-vi-covid-19/
https://www.nature.com/articles/d41586-022-01245-6

71. Coronavirus Tracker. Report coronavirus cases.
https://www.worldometers.info/coronavirus/country/us/

Mỹ "tiếp tục cảnh giác" trong bối cảnh đại dịch vẫn đang diễn ra.[72]

Trong một tuyên bố, ông Biden thừa nhận tác động của sự mất mát đối với các gia đình và kêu gọi đất nước đừng nên "tê cứng vì nỗi buồn" và lưu ý về một "quốc gia đã bị thay đổi mãi mãi."

Hoa Kỳ hôm 11/05/2022 ghi nhận hơn một triệu ca tử vong do Covid-19, theo một cuộc kiểm kê của Reuters, vượt qua một cột mốc không thể tưởng tượng được sau khoảng hai năm khi những ca tử vong đầu tiên xảy ra. Con số này cho thấy cứ khoảng mỗi 327 người Mỹ thì có một người chết, và nhiều hơn toàn bộ dân số của San Francisco hoặc Seattle.

Theo ước tính chính thức từ trung tâm kiểm soát và phòng ngừa dịch bệnh Hoa Kỳ (CDC), đại học Johns Hopkins và các tổ chức khác thu thập dữ liệu về sức khỏe công cộng, Mỹ đang chạm đến "dấu mốc buồn" một triệu ca tử vong do Covid-19.[73]

Covid-19 nguy hiểm hơn cảm cúm, HIV hay hai cuộc chiến tranh thế giới

Theo CDC, bệnh cúm mùa từ năm 2010-2020 khiến khoảng 360.000 người Mỹ tử vong. Số người qua đời vì Covid-19 nhiều hơn HIV trong bốn thập kỷ qua và gần như gấp đôi cả hai cuộc chiến tranh thế giới cộng lại.

---

72. Reuters, Tổng Thống Biden Tưởng Niệm 1 Triệu Người Mỹ Chết Vì Covid, 12/05/2022.
https://www.voatiengviet.com/a/6568643.html

73. Biên dịch: Minh Tuấn, Trong Hơn Hai Năm Diễn Ra Đại Dịch, Nước Mỹ Ghi Nhận "Dấu Mốc Buồn": 1 Triệu Người Ra Đi Do Covid-19.
https://forbes.vn/goc-nhin-ve-1-trieu-nguoi-ra-di-vi-covid-19-tai-my-trong-hon-2-nam-qua

Số người ở Mỹ tử vong vì Covid-19 gần bằng mọi cuộc chiến tranh của xứ sở cờ hoa từ năm 1775-1991, với gần 1,2 triệu người thiệt mạng, theo dữ liệu từ Bộ Cựu chiến binh Hoa Kỳ.

Dân số Hoa Kỳ chiếm 4% dân số thế giới, nhưng gần 16% số ca tử vong vì Covid-19 trên toàn cầu

Số ca tử vong tại Mỹ vượt xa thống kê chính thức của bất kỳ quốc gia nào. Các quốc gia xếp sau là Brazil, Ấn Độ và Nga với lần lượt khoảng 664.000, 524.000 và 369.000 trường hợp tử vong, theo dữ liệu được đại học Johns Hopkins đối chiếu.

Thiếu năng lực xét nghiệm, động cơ chính trị trong việc kiểm đếm sót và ghi nhận yếu kém để giữ thống kê chính thức của một số quốc gia thấp hơn số ca tử vong Covid-19 thực sự.

Một triệu người qua đời thấp hơn số ca tử vong thực sự từ Covid-19

Số ca tử vong Covid-19 thực sự ở Mỹ cao hơn nhiều so với thống kê chính thức. Một số trường hợp tử vong do Covid-19 không được tính, do họ có thể qua đời sau khi nhiễm bệnh được vài tháng. Số khác được ghi nhận tử vong trong tình trạng có các triệu chứng tương tự và còn lại từ hiệu ứng dây chuyền của đại dịch Covid-19, như không có khả năng tiếp cận với việc điều trị cho tình trạng khác.

Hệ thống Y tế của Mỹ mong manh, tiêu chuẩn báo cáo riêng biệt theo quyền hạn khác nhau và cơ sở bệnh viện quá tải khiến cho tình hình trở nên trầm trọng hơn. Trong thời điểm đại dịch Covid-19, khoảng 1,1 triệu ca tử vong vượt mức dự báo, thước đo ghi nhận sự khác nhau giữa bao nhiêu trường hợp tử vong được quan sát và theo dự đoán.

Theo Việt Báo[74] cho biết rằng đại dịch coronavirus tính tới tuần lễ giữa tháng 7/2020 đã giết chết hơn 593.000 người trên toàn cầu, với hơn 13,9 triệu người lây nhiễm, theo thống kê của Johns Hopkins University. Trong đó Hoa Kỳ đã trở thành quốc gia bị tệ hại nhất, với hơn 3.6 triệu người lây nhiễm và ít nhất 138.979 người đã chết. Một vài thành phố ở Texas và Arizona mua hay thuê xe thùng đông lạnh để giữ xác, vì nhiều nhà quàng hết chỗ, không chôn kịp. Một số khu vực đông người gốc Việt ở Quận Cam, San Jose, Houston trong tuần qua tăng vọt số người đã có kết quả thử nghiệm dương tính. Trong những người chết vì đại dịch trong cộng đồng có những bạn còn trẻ, ở lứa tuổi 30s, 40s và cũng có bạn là Phật tử rất mực đạo hạnh.

5.2. HOA KỲ TREO CỜ RỦ TƯỞNG NIỆM NGƯỜI CHẾT VÌ ĐẠI DỊCH

Theo tờ báo Washington, DC (NV) – Tổng Thống Joe Biden ra lệnh hôm Thứ Hai, 22 tháng 2 năm 2021, treo cờ rủ tại tất cả công sở liên bang trong năm ngày liên tục để đánh dấu thời điểm nước Mỹ vượt cột mốc 500,000 người chết vì Covid-19 chỉ trong vòng chưa đầy một năm tình trạng khẩn cấp vì đại dịch được tuyên bố. Ông cũng kêu gọi tôn trọng các biện pháp phòng dịch.[75]

74. Nguyên Giác, Ngừa Hoạnh Tử, Tăng Thọ, Niệm Tử. 18/07/2020. https://vietbao.com/a304066/ngua-hoanh-tu-tang-tho-niem-tu

75. Thụy My, Mỹ treo cờ rủ 5 ngày tưởng niệm nửa triệu người chết vì Covid. https://www.nguoi-viet.com/hoa-ky/biden-ra-lenh-treo-co-ru-tuong-

Từ Hoa Kỳ, thông tín viên Loubna Anaki cho biết thêm chi tiết:

Những quả chuông của đại giáo đường Washington đã rung lên 500 lần, tiếng chuông rền vang trong thành phố suốt hơn nửa tiếng đồng hồ, để tưởng nhớ trên 500 ngàn người Mỹ đã chết vì Coronavirus.

Khi tiếng chuông đã lắng xuống, tổng thống Joe Biden bắt đầu bài diễn văn long trọng tại Nhà Trắng. Ông nói: "Đã có 500.071 người chết, nhiều hơn cả con số người Mỹ thiệt mạng trong Đệ nhị Thế chiến và chiến tranh Việt Nam cộng lại. Chúng ta tưởng niệm các nạn nhân." Những người còn sống đều cảm thấy trống trải khi chạm vào những góc cũ, nơi người vợ, người chồng, người cha, người mẹ, người hàng xóm hay bạn bè của họ vốn hiện hữu trước kia.

Với vẻ rất xúc động, tổng thống Mỹ đồng thời đưa ra lời kêu gọi hành động và đề cao cảnh giác, để tránh có thêm quá nhiều nạn nhân mới của đại dịch. Ông tuyên bố: "Chúng ta cần sát cánh cùng nhau chiến đấu. Đó là cách duy nhất để chiến thắng virus này."

Joe Biden cùng với phu nhân và vợ chồng Phó tổng thống dành một phút mặc niệm, trước một rừng nến lung linh, để tưởng nhớ 500 ngàn người đã qua đời vì Coronavirus. Tổng thống Mỹ ra lệnh cho các công sở treo cờ rủ trong năm ngày.

---

niem-nua-trieu-nguoi-my-chet-vi-dich-covid-19/

5.3. BÁO MỸ IN NỬA TRIỆU CHẤM ĐEN MINH HỌA "ÁC MỘNG" COVID-19

New York Times in 500.000 chấm đen trên trang nhất, thể hiện tổng số người chết vì Covid-19 ở Mỹ kể từ khi đại dịch bùng phát.[76]

"Mỗi sự ra đi đều để lại vô vàn thương tiếc, một làn sóng mất mát đã bao trùm khắp các thị trấn và thành phố. Mỗi cái chết lại để lại một khoảng trống khắp nước Mỹ, đó là chiếc ghế trống nơi quán bar thân thuộc, một góc giường không thể yên giấc và một căn bếp thiếu bóng dáng người vẫn chuẩn bị các bữa ăn," New York Times viết trên ấn phẩm xuất bản ngày 22/01/2021.

Ấn phẩm mang màu sắc u buồn của New York Times đánh dấu ngày số ca tử vong do Covid-19 ở Mỹ đã vượt 500.000 người.

Theo dự đoán của Viện Đánh giá và Đo lường Sức khỏe thuộc Đại học Washington, Mỹ sẽ ghi nhận thêm khoảng 91.000 ca tử vong do Covid-19 vào ngày 01/06/2021 trong bối cảnh gia tăng lo ngại về sự lây lan nhanh chóng của ca nhiễm biến chủng.

"Thật kinh khủng. Điều này mang tính lịch sử. Chúng ta chưa từng thấy bất cứ điều gì tương tự như thế này trong hơn 100 năm qua, kể từ đại dịch cúm năm 1918," chuyên gia dịch tễ hàng đầu nước Mỹ Anthony Fauci cho biết.

Tiến sĩ Fauci khẳng định dữ liệu Covid-19 ở Mỹ là những con số "gây kinh ngạc, gần như không thể tin nổi," lại là sự thật đang diễn ra ở đất nước này. Ông cũng cảnh

76. Báo Mỹ in nửa triệu chấm đen minh họa ‹ác mộng› Covid-19 https://vnexpress.net/bao-my-in-nua-trieu-cham-den-minh-hoa-ac-mong-covid-19-4238542.html

báo người dân Mỹ có thể phải đeo khẩu trang tới năm 2022 để phòng ngừa nguy cơ lây nhiễm Covid-19.

Những trang nhất gây choáng của New York Times về COVID-19

Mật độ của các chấm đen càng về thời điểm hiện tại càng dày hơn. Nếu như những ngày đầu dịch bệnh, nước Mỹ ghi nhận 50 nghìn ca tử vong trong vòng 2 tháng thì hiện tại, chỉ mới nửa tháng đã có 50 nghìn người tử vong.[77]

The New York Times

U.S. VIRUS DEATHS NEARING 500,000 IN JUST ONE YEAR

Garland Faces Resurgent Peril Of Extremism

STORMS EXPOSING A NATION PRIMED FOR CATASTROPHE

Russia Fears But Can't Quit Open Internet

Lack of Birth Control Deepens Women's Burden in Venezuela

Trang nhất tờ New York Times ngày 21/2/2021

77. Quang Duy, Những trang nhất gây choáng của New York Times về COVID-19.
https://vtv.vn/the-gioi/so-nguoi-chet-tai-my-gay-am-anh-tren-trang-nhat-new-york-times-20210223144127279.htm

Ông Joe Biden nói: "Hôm nay chúng ta đánh dấu một cột mốc thực sự nghiệt ngã và đau lòng - 500.071 người tử vong do Covid-19. Số người Mỹ chết vì dịch bệnh trong một năm qua còn cao hơn số lính Mỹ chết trong cuộc Chiến tranh thế giới thứ nhất, Chiến tranh thế giới thứ Hai và cuộc Chiến tranh Việt Nam cộng lại."

Ông Biden cũng ra lệnh treo cờ rủ trong năm ngày trên khắp các tòa nhà liên bang và các cơ sở quân sự nhằm tưởng nhớ những người đã tử vong do COVID-19.

Trang nhất với 1000 cáo phó

"All the News That's Fit to Print"

The New York Times

Late Edition

NEW YORK, SUNDAY, MAY 24, 2020

U.S. DEATHS NEAR 100,000, AN INCALCULABLE LOSS

They Were Not Simply Names on a List. They Were Us.

Trang nhất với 1000 cáo phó

Vào tháng năm năm ngoái, khi số người chết vì Covid-19 ở Mỹ lên tới gần 100.000 người, các biên tập viên của Thời báo New York đã quyết định đánh dấu cột mốc nghiệt ngã này bằng cách liệt kê tên của 1.000 người trong số những người đã bị Covid-19 cướp đi mạng sống.

Các biên tập viên cho biết, họ muốn thực hiện một điều mà sau 100 năm nữa khi các thế hệ sau xem lại, họ sẽ hiểu được những gì chúng ta đã phải trải qua. Và thế là, sau nhiều năm kể từ khi Thời báo New York bắt đầu xuất bản vào năm 1851, lần đầu tiên trang nhất của báo chỉ toàn là những cái tên.

"Họ không chỉ đơn giản là những cái tên trong danh sách. Họ là chúng ta." - tiêu đề phụ trên trang nhất tờ báo viết.

Giám đốc sáng tạo của tờ The New York Times, Tom Bodkin, lưu ý rằng tờ báo số ra ngày Chủ nhật 24/5/2020 "Chắc chắn là lần đầu tiên trong thời hiện đại" in trang nhất không có hình ảnh hoặc đồ họa.

5.4. 164 ĐÔI GIÀY TRẮNG TRƯỚC TÒA QUỐC HỘI MỸ

Theo BTV Epoch Times Tiếng Việt, Hiệp hội y tá Mỹ xếp 164 đôi giày trắng bên ngoài tòa nhà quốc hội Mỹ để tưởng nhớ các đồng nghiệp của họ đã chết vì Covid-19.[78]

Lễ tưởng niệm đặc biệt được Tổng hội Y tá Quốc gia (NNU) tổ chức ngày 21/7/2020 nhằm kêu gọi Thượng

78. BTV Epoch Times Tiếng Việt, 164 đôi giày trắng trước tòa Quốc Hội Mỹ, Thứ sáu, 24/7/2020.
https://www.epochtimesviet.com/cap-nhap-tin-covid-19-ngay-22-7-tai-my-california-thanh-vung-dich-lon-nhat-my_159827.html

viện thông qua gói cứu trợ Covid-19 và tri ân các y tá đã hy sinh trong cuộc chiến chống dịch.

"Hai tháng trước, tôi và đồng nghiệp đứng bên ngoài Nhà Trắng với 88 đôi giày tưởng niệm, mỗi đôi giày đại diện cho một y tá hy sinh trong cuộc chiến chống Covid-19," Stephanie Simms, nữ y tá tại thủ đô Washington cho biết.

"Hôm nay, chúng tôi có tới 164 đôi giày. Số y tá tử vong liên tục tăng đã cho thấy sự thất bại của chính quyền và quốc hội," bà Simms, thành viên của Tổ chức Y tá Quốc gia (NNU), đơn vị tổ chức buổi lễ tưởng niệm, nói.

Hạ viện Mỹ do đảng Dân chủ kiểm soát hồi giữa tháng 5 thông qua "Dự luật Anh hùng" trị giá 3 nghìn tỷ USD để giảm thiểu tác động của đại dịch Covid-19. Dự luật cam kết viện trợ tài chính cho các hộ gia đình gặp khó khăn trong đại dịch Covid-19, giải cứu nền kinh tế Mỹ và tài trợ sản xuất các thiết bị bảo hộ cho đội ngũ chống dịch tuyến đầu.

Tuy nhiên, Thượng viện Mỹ do đảng Cộng hòa kiểm soát đã ngăn chặn dự luật này, hứa hẹn sẽ thay thế bằng một đề xuất mới.

Hơn 200 quốc gia, vùng lãnh thổ đã xuất hiện Covid-19, khiến hơn 15,1 triệu người nhiễm, hơn 620.000 người chết. Mỹ, vùng dịch lớn nhất thế giới, ghi nhận hơn 4 triệu ca nhiễm, gần 145.000 người chết. Đài ABC News tháng trước dẫn thống kê từ "Lost on the Frontline", dự án do Guardian và dịch vụ tin tức phi lợi nhuận Kaiser Health News (KHN) khởi xướng, cho thấy gần 600 nhân viên y tế tuyến đầu ở Mỹ đã chết vì Covid-19.

5.5. LITTLE SAIGON: THẮP NẾN TƯỞNG NIỆM 53.000 NGƯỜI CHẾT VÌ COVID-19 Ở CALIFORNIA

Fountain Valley, California (NV) – Vì số người tử vong do Covid-19 ở California đã lên đến 53.000, nhóm "Nailing It For America" tổ chức lễ thắp nến tưởng niệm ở Fountain Valley vào chiều thứ Năm, ngày 04 tháng 03 năm 2021, trong công viên Mile Square Regional Park ở Fountain Valley.[79]

Các sư thầy làm lễ trước banner kêu gọi ngưng thù ghét người Á Châu. (Hình: Thiện Lê/Người Việt)

Anh Tâm Nguyễn, sáng lập viên của "Nailing It For America", cho biết mục đích của lễ thắp nến này là để tưởng niệm hơn 53.000 người đã qua đời vì đại dịch. Theo anh, số người này nhiều hơn tổng số người thiệt mạng

79. Little Saigon: Thắp nến tưởng niệm 53.000 người chết vì COVID-19 ở California. Ngày 04 tháng 03 năm 2021.
https://www.nguoi-viet.com/little-saigon/cong-dong/little-saigon-thap-nen-tuong-niem-53000-nguoi-chet-vi-covid-19-o-california/
Liên lạc tác giả: le.thien@nguoi-viet.com

trong Chiến tranh Việt Nam.

Anh còn cho hay lý do tổ chức buổi lễ này là để đánh dấu đúng một năm kể từ ngày tiểu bang California tuyên bố tình trạng khẩn cấp vì dịch Covid-19.

Không chỉ vậy, buổi lễ này còn có mục đích kêu gọi ngừng kỳ thị người Á Châu vì bị gọi là "virus Trung Quốc," dẫn đến tình trạng nhiều người Á Châu ở Hoa Kỳ bị tấn công.

Vì vậy, lễ tưởng niệm này có đến 400 ngọn nến để viết thành dòng chữ "Stop Asian Hate" (ngưng thù ghét người Á Châu).

Vấn đề người Á Châu bị kỳ thị khắp Hoa Kỳ đang được chú ý rất nhiều, nên đang có nhiều tổ chức bất vụ lợi tổ chức nhiều hoạt động kêu gọi bảo vệ cộng đồng này.

Anh Tâm cho biết nến còn được xếp thành hình trái tim.

Tuy buổi lễ bắt đầu lúc 6 giờ 30 phút chiều, nhưng anh Tâm cho biết nhóm tình nguyện đã thắp ngọn nến đầu tiên lúc 3 giờ 47 phút sáng, trước giờ bắt đầu 53.000 giây, đại diện cho 53.000 người chết.

Đến chiều Thứ Năm, các tình nguyện viên của "Nailing It For America" và các tổ chức bất vụ lợi địa phương có mặt tại công viên Mile Square Regional Park để chuẩn bị cho buổi lễ.

Một số người thì chuẩn bị phần âm thanh, một nhóm khác thì điều khiển máy bay drone để chụp hình và quay phim từ trên cao.

Bàn thờ và banner kêu gọi ngưng thù ghét người Á Châu. (Hình: Thiện Lê/Người Việt)

Hai nhóm quan trọng nhất là nhóm chuẩn bị bàn thờ và nhóm sắp các ngọn nến lên bãi cỏ của công viên Mile Square Regional Park.

Vì đây là một lễ tưởng niệm do người Á Châu tổ chức, bàn thờ có tượng Phật là một phần không thể thiếu.

Anh Tâm nói với các đài truyền hình Anh Ngữ: "Bàn thờ là một phần rất quan trọng đối với người Việt Nam và người Á Châu, đều được đặt trong nhà hay tại nơi làm ăn của chúng tôi. Đây là chỗ chúng tôi cầu nguyện để được ban phước hay được may mắn trong chuyện làm ăn."

Một số tình nguyện viên cũng bày tỏ sự hào hứng với lễ tưởng niệm này, vì cho rằng mình đang đóng góp cho hoạt động kêu gọi ngưng thù ghét người Á Châu ở Hoa Kỳ.

Một tình nguyện viên, xin không nói tên, chia sẻ: "Tôi nghĩ đây là một hoạt động tuyệt vời, vì vừa tưởng niệm được những người đã mất trong đại dịch, và còn là tiếng nói để bảo vệ những người Á Châu đang bị kỳ thị khắp Hoa Kỳ, chỉ vì mấy chữ như 'cúm Trung Hoa' hay 'virus Trung Quốc.' Đó là một chuyện không thể chấp nhận được tại một xứ sở đa sắc dân như Hoa Kỳ."

Nhóm sắp xếp bàn thờ phải chạy tới chạy lui để đặt tượng Phật, để đặt các chậu hoa, bát hương và mâm quả.

Trong lúc đó, anh Tâm Nguyễn và một số người khác mở banner kêu gọi ngưng thù ghét người Á Châu của nhóm "Nailing It For America", và đặt gần bàn thờ.

Ngoài bãi cỏ, các tình nguyện viên phải đặt 400 ngọn đèn, để xếp thành dòng chữ "Stop Asian Hate" và thành hình trái tim.

Đến đúng 6 giờ 30 phút chiều, buổi lễ bắt đầu.

Điểm khác biệt của lễ tưởng niệm này là không có bài phát biểu của bất cứ đại diện cộng đồng nào, và ban tổ chức chỉ mở những bản nhạc buồn để những người tham dự nhìn lại một năm đầy khó khăn vừa qua.

Qua buổi lễ này, ban tổ chức còn hy vọng cư dân California sẽ gắn bó với nhau hơn, và giúp đỡ nhau phục hồi về kinh tế và tinh thần trong những tháng ngày sắp tới.

5.6. "DÒNG SÔNG HOA ĐĂNG" TƯỞNG NHỚ NGƯỜI MẤT DO COVID-19

Theo thông tin từ Bộ Y tế, tính đến ngày 28/04/2022, Việt Nam đã ghi nhận 43.041 ca tử vong do mắc Covid-19.[80]

80. Thông Tin Về Số Ca Mắc Covid-19 Tử Vong Tại Việt Nam: Việt Nam đã ghi nhận 43.041 ca tử vong do mắc Covid-19. https://thuvienphapluat.vn/chinh-sach-phap-luat-moi/vn/ho-tro-phap-

Những nén tâm nhang, hoa đăng nhắc nhớ chúng ta không quên nỗi đau vì Covid-19.

Vào 20h30, 19/11/ 2021, nghi thức tưởng niệm đồng bào và cán bộ, chiến sỹ hy sinh, tử vong trong đại dịch Covid-19 đã chính thức diễn ra toàn nước Việt nam. Các đại biểu đã dành một phút tưởng niệm, dâng hương, hoa để tưởng nhớ đồng bào, cán bộ, chiến sĩ hi sinh, tử vong trong đại dịch Covid-19.

Nhiều nơi ở TP Hồ Chí Minh và Hà Nội đồng loạt diễn ra các hoạt động thắp nến, dâng hương, thả đèn hoa đăng.[81]

Lễ tưởng niệm đồng bào và cán bộ, chiến sĩ hy sinh, tử vong trong đại dịch Covid-19. Ảnh: TTXVN

Các cơ sở tôn giáo (chùa, nhà thờ...) cùng đánh

luat/chinh-sach-moi/30265/tong-hop-nguyen-nhan-tu-vong-cua-cac-benh-nhan-mac-covid-19

81. Tạ Hiền, Lễ tưởng niệm người tử vong vì Covid-19: Lời tiễn biệt tới hơn 23.000 đồng bào, đồng chí vĩnh viễn ra đi. https://vtv.vn/xa-hoi/le-tuong-niem-nguoi-tu-vong-vi-covid-19-loi-tien-biet-toi-hon-23000-dong-bao-dong-chi-vinh-vien-ra-di-20211119205118027.htm

chuông; các tàu, thuyền, sàn lan... đang lưu đậu tại các khu vực cảng đồng loạt kéo còi tưởng niệm; tại nhiều khu vực công cộng, đường đi bộ, công viên, khu dân cư, khách sạn, văn phòng, nhà dân... tắt đèn và thắp nến.

Trên tuyến kênh Nhiêu Lộc-Thị Nghè và Tàu Hủ-Bến Nghé đi qua các Quận 1, 3, 4, 5, 8, Bình Thạnh, Phú Nhuận, Tân Bình, nhiều người dân đã tổ chức thả đèn hoa đăng tại để tưởng niệm đồng bào và cán bộ, chiến sỹ hy sinh, tử vong trong đại dịch Covid-19.

Nghi thức thả hoa đăng tưởng niệm đồng bào và cán bộ, chiến sỹ hy sinh, tử vong trong đại dịch Covid-19 trên kênh Nhiêu Lộc - Thị Nghè, trước chùa Pháp Hoa (Quận 3, TP. Hồ Chí Minh). Ảnh: TTXVN

Lễ thả đèn hoa đăng tưởng niệm cầu siêu cho đồng bào và cán bộ, chiến sĩ hy sinh, tử vong trong đại dịch Covid-19 tại chùa Pháp Hoa (quận 3, TPHCM, Việt Nam) đã diễn ra trong không khí lắng đọng và đầy xúc động.[82]

82. Khánh Linh - Anh Tú, "Dòng sông hoa đăng" tưởng nhớ hơn 23.000 người mất do COVID-19. https://laodong.vn/photo/dong-song-hoa-dang-tuong-nho-hon-23000-nguoi-mat-do-covid-19-975637.ldo

Tiếng chuông chùa ngân vang giúp vong linh những đồng bào và cán bộ, chiến sĩ tử vong và hi sinh do đại dịch được siêu thoát, giải tỏa mọi muộn phiền, khổ đau. Tiếng chuông cũng như một sự cảnh tỉnh, giúp những người đang sống không được lơ là, chủ quan vì dịch bệnh vẫn còn diễn biến khôn lường.

Ở các cơ sở tôn giáo khác của TP Hồ Chí Minh và Hà Nội cũng đã diễn ra các hoạt động tưởng niệm. Ở các bến tàu, đồng loạt tiếng còi đã vang lên để chia sẻ với những mất mát đau thương nhưng cũng là quyết tâm vượt lên nỗi đau, đồng lòng chống dịch, đưa cuộc sống trở lại trong bình thường mới.

Những nén tâm nhang, hoa đăng… như để cầu mong cho vong linh những người đã mất vì dịch bệnh được siêu thoát, và cũng nhắc nhớ mỗi chúng ta không quên nỗi đau trong đại dịch.

Khó kể hết những hy sinh thầm lặng của lực lượng tuyến đầu chống dịch, biết bao ngày đêm chiến đấu giành giật sự sống cho người bệnh Covid-19 của đội ngũ thầy thuốc, những thanh niên tình nguyện, cán bộ chiến sỹ công an, quân đội đã gác lại hạnh phúc riêng tư… lao vào tâm dịch với quyết tâm cùng chiến thắng dịch bệnh.

Sự hi sinh của họ sẽ không bao giờ bị lãng quên, bởi đó là động lực để tinh thần đoàn kết, đoàn kết, đại đoàn kết của người dân Việt Nam phát huy cao độ với mục tiêu chiến thắng dịch bệnh.

5.7. GIÁO HỘI PHẬT GIÁO VIỆT NAM TP. HCM DỰNG BIA TƯỞNG NIỆM ĐỒNG BÀO TỬ VONG TRONG ĐẠI DỊCH COVID-19

Diệu Nghiêm/Báo Giác Ngộ

GNO - Đại lễ tưởng niệm - kỳ siêu đồng bào tử vong và cán bộ, chiến sĩ hy sinh trong đại dịch Covid-19 do GHPGVN TP.HCM tổ chức trong dịp tháng 7-Nhâm Dần tại Việt Nam Quốc Tự, có một nội dung quan trọng đó là an vị bia đá tưởng niệm.[83]

Hòa thượng Quyền Pháp chủ cử hành nghi thức sái tịnh bia đá tưởng niệm đồng bào tử vong trong đại dịch Covid-19 do GHPGVN TP.HCM phụng lập trong khuôn viên Việt Nam Quốc Tự. (Ảnh: Bảo Toàn)

Sáng ngày 18-08-2022, sau lễ rước linh vị các hương linh từ nhiều địa điểm ở TP.Thủ Đức và 21 quận, huyện,

83. Diệu Nghiêm/Báo Giác Ngộ, GHPGVN TP.HCM dựng bia tưởng niệm đồng bào tử vong trong đại dịch Covid-19. https://giacngo.vn/ghpgvn-tphcm-dung-bia-tuong-niem-dong-bao-tu-vong-trong-dai-dich-covid-19-post63440.html

trên địa bàn TP.HCM về Việt Nam Quốc Tự là lễ khai mạc, chư tôn đức giáo phẩm Tăng Ni và quan khách đã an vị bia đá tưởng niệm đồng bào tử vong vì Covid-19.

Theo đó, Đức Quyền Pháp chủ GHPGVN - Trưởng lão Hòa thượng Thích Trí Quảng đã cử nhành dương sái tịnh an vị, chư vị giáo phẩm và quan khách đã thắp hương tại bia tưởng niệm vừa được tạo dựng trong khuôn viên Việt Nam Quốc Tự - Trung tâm hành chánh, văn hóa và tâm linh của Phật giáo TP.HCM.

Theo đó, bia đá được tôn tạo mỹ thuật, bia cao 1,6m, chưa bao gồm bệ đá đỡ cao 0,7m, được chạm bằng đá xanh, hoa văn chủ yếu sử dụng họa tiết hoa sen cách điệu và vân mây, mô phỏng trang trí mỹ thuật Việt Nam khoảng thế kỷ XVII.

Bia tưởng niệm đồng bào tử vong trong đại dịch Covid-19 do GHPGVN TP.HCM phụng lập trong khuôn viên Việt Nam Quốc Tự. (Ảnh: Báo Giác Ngộ)

Nội dung văn bia đề chữ: "*Phật lực siêu tiến, kính vì các hương linh đồng bào tử vong trong đại dịch Covid-19 siêu sanh Tịnh độ,*" lạc khoản ghi: "*Phật lịch 2566, Nhâm Dần - 2022, Ban Trị sự GHPGVN TP. Hồ Chí Minh phụng lập.*"

Bia đá được dựng ở không gian giữa bảo tháp Đa Bảo và Thánh tượng Bồ-tát Quán Thế Âm, trong khuôn viên Việt Nam Quốc Tự, hướng ra lối lên chánh điện.

Nói về ý nghĩa của việc tạo lập công trình văn bia này, Hòa thượng Thích Lệ Trang, Trưởng ban Trị sự GHPGVN TP.HCM cho biết đây là một nhân duyên đặc biệt, có thể nói là sự cảm ứng.

"Khi tôi và quý thầy trong Ban Trị sự ngồi lại với nhau cùng trao đổi về công tác tổ chức, nghĩ rằng trong đại trai đàn lần này, chúng ta có sự cung thỉnh hương linh từ tất cả các bệnh viện dã chiến về phó hội tại Việt Nam Quốc Tự cũng cần có một chỗ để họ nương vào." Hòa thượng chia sẻ.

Hòa thượng cũng cho biết thêm sau khi trình lên thỉnh ý Hòa thượng Quyền Pháp chủ, cũng là vị Chứng minh Đạo sư của Phật giáo thành phố. Khi nghe qua, Ngài rất hoan hỷ.

"Vì vậy, Ban Trị sự đi đến quyết định dựng một bia đá trong khuôn viên Việt Nam Quốc Tự để ghi dấu nỗi đau thương của những người nằm xuống, nhắc nhở người còn sống, đặc biệt là thế hệ trẻ phải nhớ ơn những người đã hy sinh vì sự nghiệp chung." Hòa thượng Thích Lệ Trang chia sẻ.

5.8. TƯỞNG NIỆM NẠN NHÂN QUA ĐỜI VÌ COVID-19 TẠI CHÙA HOẰNG PHÁP - VIỆT NAM

Thích Chân Tính

Kính thưa đại chúng,

Nhân loại chúng ta đang đối diện với một chuỗi dài khắc nghiệt của thiên nhiên, dịch bệnh, sự ấm lên của trái đất, xung đột, khủng bố, mùa màng thất thu dẫn đến nghèo đói, bệnh tật và chết chóc. Hiện tại thế giới đang phải oằn mình chống chọi với dịch bệnh COVID-19 vẫn chưa có dấu hiệu kết thúc. Theo thống kê sơ bộ, dịch bệnh đã cướp đi khoảng hơn 100 ngàn người, con số này được cho là sẽ tiếp tục tăng. Các nhà khoa học vẫn ngày đêm chạy đua với thời gian tìm ra vắc-xin giúp chặn đứng sự lây lan của dịch bệnh.[84]

Qua đây chúng ta thấy rằng, phải chăng nhân loại đang tự hủy diệt môi trường sống bằng chính đôi bàn tay của mình. Đất Mẹ không còn đủ sức chịu đựng, hành tinh này sẽ đi về đâu khi lòng tham của con người vẫn không chịu dừng lại? Chứng kiến những tình cảnh này, ai trong mỗi chúng ta đều không khỏi suy tư, bất an và lo lắng, thậm chí là hoảng sợ.

Hôm nay, mỗi người trong chúng ta hãy ngồi thật yên tại đây và thực tập cho thật sâu sắc bài học của chánh niệm, tỉnh thức, bài học của việc tiêu thụ quá trớn trong những sinh hoạt hằng ngày làm gây ra biết bao tai họa.

---

84. Thích Chân Tính, Tưởng Niệm Nạn Nhân Qua Đời vì Covid-19, ngày 26/04/2020.
https://thuvienhoasen.org/a33848/tuong-niem-nan-nhan-qua-doi-vi-covid-19-engsub

Hãy tập nhìn lại và quán chiếu những gì ta đã gây ra cho bản thân và cộng đồng. Chúng ta cũng không quên hướng vọng về tất cả mọi loài đang chịu cộng nghiệp để từ đó cầu nguyện mọi thứ sẽ qua đi, ánh dương sớm xuất hiện để nhân loại tiếp tục hát khúc khải hoàn ca của yêu thương và vui đẹp trên hành tinh này.

5.9a. CHÙA HƯƠNG SEN TƯỞNG NIỆM NGƯỜI TRÊN TOÀN THẾ GIỚI ĐÃ QUA ĐỜI VÌ DỊCH CORONAVIRUS

Thích Nữ Giới Hương

Nam Mô Bổn Sư Thích Ca Mâu Ni Phật

Hôm nay là ngày 01 tháng 01 năm 2022, ngày đầu của năm mới, chư tôn thiền đức Ni, quý Phật tử và quan khách quang lâm tại Chùa Hương Sen, thành phố Perris, quận Riverside, miền Nam California, để mừng đầu năm mới và cùng nhau thắp nến tưởng niệm các nạn nhân đã qua đời vì dịch Corona Covid 19.

Cho đến hôm nay, Tổ chức y tế trên thế giới đã ghi nhận số người qua đời do dịch bệnh Covid trên thế giới là hơn năm triệu (5.007.831)[85] và gần 247 triệu (246.925.368) người nhiễm. Riêng Hoa Kỳ, vùng dịch lớn nhất thế giới, ghi nhận có 47 triệu (46.771.979) ca nhiễm và hơn 765 ngàn (765.722) người chết. Đây là một tổn thất nhân mạng rất to lớn do Covid-19.

Nhìn lại một năm qua (2021), chúng ta vẫn phải tiếp tục sống với dịch Covid-19. Dịch bệnh làm cuộc sống

85. Countries where COVID-19 has spread https://www.worldometers.info/coronavirus/countries-where-coronavirus-has-spread/

bị xáo trộn, mang đến cho chúng ta nhiều mất mát đau thương, làm cho hàng trăm ngàn trẻ em trong phút chốc mồ côi cha mẹ, rất nhiều người già trở thành neo đơn, và những người có người thân mất vì Covid 19 phải sống trong nỗi đau day dứt trong lòng, vì mình không thể gặp người thân trong giờ phút lâm chung, cũng không được tổ chức tang lễ vì những hạn chế phòng dịch Covid-19.

Coronavirus đến như một tử thần cảnh tỉnh vô thường đang đến trước mắt để chúng ta tinh tiến tu tập nhiều hơn như lời dạy của Đức Thế Tôn:

"Này các Tỳ-kheo! Thường nên hết lòng chuyên cần cầu học đạo giải thoát. Hãy tinh tấn, chớ có buông lung.

Hết thảy các pháp động và bất động ở thế gian đều là tướng vô thường, thay đổi, chẳng an ổn..."

và chúng ta hãy mở rộng tình thương đến những nạn nhân và thân quyến của nạn nhân như Kinh Từ Bi đã dạy:

Hãy mở rộng tình thương,
Hy sinh như từ mẫu,
Suốt đời lo che chở,
Đứa con một của mình,
Hãy phát tâm vô lượng,
Đến tất cả sinh linh.
Từ Bi gieo cùng khắp,
Cả thế gian khổ ải,
Trên dưới và quanh mình…[86]

Trong giờ phút thiêng liêng của ngày đầu năm mới

86. Kinh Từ Bi (Thương yêu), Metta Sutta, Sutta Nipata I, Thích Nhất

2022 này, xin đại chúng hãy vận dụng lòng từ bi nhất tâm cầu nguyện. Phút mặc niệm tưởng nhớ bắt đầu… (đốt đèn cầy sáng, 3 tiếng chuông).

Tiếng chuông chùa đã gióng lên và lễ thắp nến mặc niệm đã thắp tại thành phố Riverside, California, cũng như khắp nơi tại Hoa Kỳ, Việt Nam… để tưởng nhớ năm triệu người bao gồm hơn 765 ngàn công dân Mỹ đã mất vì dịch Covid 19.

Trong ngày đầu năm 2022, đại chúng nhất tâm cầu nguyện cho những người đã từ trần sớm sanh về thế giới Cực lạc an lành; kính đồng cảm chia buồn cho những thân quyến của các nạn nhân và kính cầu nguyện cho dịch bệnh sớm chấm dứt cho nhân loại tiếp đón những điều tốt lành trong năm mới.

Cầu nguyện cho thiên tai dịch bệnh chóng vượt qua để mọi người trên thế giới trở lại cuộc sống an vui hạnh phút. Cầu nguyện cho thế giới hòa hình, không còn xung đột.

Nguyện đem công đức này

Hướng về khắp tất cả

Đệ tử và chúng sanh

Đều hướng về Phật đạo.

Nam mô Bổn Sư Thích Ca Mâu Ni Phật.

Hạnh dịch. Kinh này dạy phương pháp nuôi dưỡng lòng từ bi. Nếp sống từ bi là nếp sống cao đẹp nhất, câu kinh sáng ngời ấy đã được trích ở kinh này.
https://langmai.org/tang-kinh-cac/kinh-van/kinh-van/kinh-thuong-yeu/

5.9b. MEMORIAL OF 5 MILLION 42 THOUSAND PEOPLE WORLDWIDE WHO DIED BY THE COVID-19

Namo Shakyamuni Buddha

On the first day of the new year, Zen monks, Buddhists and guests gathered at Huong Sen Pagoda, Perris city, Riverside County, Southern California, to celebrate the beginning of the new year and light candles together to commemorate the victims. passed away due to the Corona Covid 19 epidemic.

The World Health Organization has recorded on December 29 2021 2 the number of victims who have died due to Covid-19 worldwide is more than five million forty-two thousand (5.42 mi)[87] and nearly two hundred eighty-five million (285 million) people have got infected. The United States alone, the world's largest epidemic area, recorded 54 million infections and more than eight hundred twenty- two thousand (822,000) deaths. This is a huge loss of life due to COVID-19.

Looking back on the past year (2021), we still must continue to live with the Covid-19 epidemic. The epidemic has disrupted our lives, brought us many painful losses, and made hundreds of thousands of children become orphans, many elderly people become lonely. And those who have lost loved ones because of Covid-19 have to live with pain and grief in their hearts, because they cannot see their loved ones at the moment of their deaths. Funeral arrangements are also impossible

87. Countries where COVID-19 has spread https://www.worldometers.info/coronavirus/countries-where-coronavirus-has-spread/

because of restrictions on the prevention of Covid 19.

Corona virus comes as a wake-up call for the teaching of impermanence which always appears before us so that we should practice more diligently in accordance with the teachings of Lord Buddha:

"O Bhikkhus! Often should wholeheartedly seek to learn the path of liberation. Be diligent, don't be lazy. All moving and unmoving dharmas in the world are impermanent, changing, unstable..." and let us extend our love to the victims and their relatives as the Compassion Sutra said. It states:

Even as a mother protects with her life

Her child, her only child,

So with a boundless heart

Should one cherish all living beings;

Radiating kindness over the entire world:

Spreading upwards to the skies,

And downwards to the depths;

Outwards and unbounded,

Freed from hatred and ill-will.

In the sacred moment of this New Year's Day, please pray with our compassion and loving kindness. The moment of silence begins... (Light the candels, hit the bell three times).

The Great Bell has rung, and the candle lights have been lit in Riverside County, California, and all other states in America, Vietnam and the global in order to remember five million forty two thousand people, including more than

822,000 US citizens who died because of the Covid-19 epidemic.

On the first day of 2022, let us whole heartedly pray for those who have passed away. Wish them early to be born in a peaceful and eternal world; We share our sympathy with the relatives of the victims. And we pray for the disease shall end soon, so that our humanity would welcome good things in the New Year.

We pray for the natural disasters to pass quickly so that everyone in the world can return to a peaceful and happy life. Pray for world peace, any form of war shall halt.

May our merits and virtues

Benefit all sentient beings.

May we and other living beings

All achieve the Buddha Way.

Namo Shakyamuni Buddha. (o)

5.10. THÀNH KÍNH TƯỞNG NIỆM 2 TRIỆU RƯỠI NGƯỜI QUA ĐỜI VÌ COVID-19

Ban biên tập Thư Viện Hoa Sen

Hôm nay 22-02-2021 người dân Hoa Kỳ và toàn dân thế giới đánh dấu một cột mốc thực sự nghiệt ngã và đau lòng với 2.493.968 người qua đời chỉ trong vòng một năm đại dịch Covid-19. Riêng tại Hoa Kỳ là nửa triệu người chết - nhiều hơn số quân nhân Mỹ chết trong Chiến tranh thế giới thứ nhất, Thế chiến thứ hai và Chiến tranh Việt Nam cộng lại.

Xin nguyện cầu linh hồn/ hương linh những người đã

qua đời vì Covid-19 trên toàn thế giới nói chung và Hoa Kỳ nói riêng sớm được về cõi thiên đường vĩnh hằng hay sớm được tiêu diêu miền cực lạc.

Cầu nguyện mọi khổ đau và chết chóc sẽ qua đi, ánh dương sớm xuất hiện để nhân loại tiếp tục hát khúc khải hoàn ca của yêu thương và vui đẹp trên hành tinh này.

Ban Biên Tập TVHS

https://thuvienhoasen.org/a35567/thanh-kinh-tuong-niem-2-trieu-ruoi-nguoi-qua-doi-vi-covid-19

CHƯƠNG 6

CÁM ƠN CÔ VY (COVID-19) LÀ THIỆN TRI THỨC

Đại dịch virus SARS-CoV-2 có thể làm cho nhiều người lo sợ đến mất ăn mất ngủ, không biết chạy trốn nơi đâu trên hành tinh này cho an toàn, vì khắp toàn cầu, trong không khí, từ đất nước rộng lớn như Hoa Kỳ, Nga đến những đất nước nhỏ như Vatican, Monaco, chỗ nào siêu vi trùng Coronavirus cũng lảng vảng xâm nhập và lây lan.

Tuy nhiên, theo quy luật của vũ trụ sanh-trụ-dị-diệt, có đến thì có đi. Nên Cô Vy (Covid-19) sau khi viếng thăm hành tinh con người hơn hai năm (2020-2022) đã ra đi, để lại phía sau bao niềm đau thương tang tóc của tổn thương nhân mạng cũng như nhiều bài học đáng quý.

Nhờ Covid-19 mà chúng ta biết phát bồ đề tâm, chia sẻ, cúng dường, hy sinh, kết nối, tu tập, từ thiện; biết trân trọng sự khám phá nghiên cứu của công nghệ y học mới chế tạo thuốc Vắc-xin chủng ngừa viêm phổi; biết huyền ký của Đức Phật và các nhà tiên tri một đại dịch tai ương sẽ xảy ra cho loài người là đúng; biết mang ơn cuộc đời, các y bác sĩ và chiến sĩ đồng bào trong trận tuyến chống dịch; biết thức tỉnh bản chất vô thường-đau khổ-vô ngã-tan biến của cuộc đời; biết trân quý sức khỏe, hơi thở, không khí, mặt trời, trái đất vv...

Có rất nhiều câu chuyện Cám ơn Cô Vy trên các trang mạng điện tử internet như facebook, google, website, twitter, youtube, tiktok… Xin được chia sẻ vài bài viết tiêu biểu như sau:

6.1. CÁM ƠN COVID-19 ĐÃ THÚC ĐẨY CÁC NGHIÊN CỨU VÀ CÔNG NGHỆ MỚI LIÊN QUAN ĐẾN ĐẠI DỊCH

Bắt đầu xuất hiện Covid-19 từ ngày 17 tháng 11 năm 2019 đến giữa năm 2022, đại dịch COVID-19 đã gây ra những tác hại đáng kể liên quan đến nhiều lãnh vực từ kinh tế, du lịch, chính trị, tôn giáo, y tế đến giáo dục và văn hóa. Nhiều ngành công thương nghiệp đã bị ảnh hưởng nặng nề, rất nhiều người đã bị mất công ăn việc làm hoặc phải trải qua sự giảm sút về vấn đề thu nhập cho bản thân, cho gia đình.

Đại dịch đã khiến nhiều sự thay đổi và biến chuyển trong phương cách con người sống và làm việc, cũng như xuất hiện các nghiên cứu và công nghệ mới nhằm giải quyết các vấn đề liên quan đến đại dịch như các chính phủ, cộng đồng quốc tế có thêm cơ hội hợp tác, để cùng nhau nghiên cứu nghành công nghệ y học, đầu tư cải thiện hệ thống y tế và chăm sóc sức khỏe, qua đó đạt được mục tiêu phát triển bền vững của Liên hợp quốc trong hiện tại và tương lai.

Các tổ chức y tế thế giới hợp tác để chế tạo vaccine chích ngừa viêm phổi như Moderna, Pfizer/ BioNtech…

"Vắc xin là phát minh vĩ đại của nhân loại, thực hành tiêm chủng vắc xin là phương pháp phòng bệnh an toàn, hiệu quả và tiết kiệm nhất, bảo vệ sức khoẻ, tính mạng của cộng đồng."[88]

Thực hiện test Covid-19 thường xuyên để xử lý ngăn chặn triệt để. Cho nên, hầu như ai trên thế giới cũng phải chích ngừa để miễn dịch và do đó, tạm chặn đứng được sự lây lan của Corona Virus (SARS-CoV-2) trên khắp toàn cầu.

Như trong chương 2 của tập sách này có đề cập Nhà Trắng (Washington D.C.)[89] cho biết rằng nhìn lại lịch sử toàn cầu, chưa có thời điểm nào trong vòng một năm, người dân trên thế giới phải chích ngừa cho một loại dịch bệnh tới ba lần. Đại dịch thúc đẩy các nhà sản xuất Vacin ngừa viêm phổi SARS-CoV-2 có nhiều động cơ để nghiên cứu ra những Vacin mới tiếp nối. Cho nên, cám ơn Cô Vy đã tạo thành những động lực cho sự sáng tạo y học này.

---

88. Vắc xin là gì? Tác dụng phòng bệnh của vắc xin.
Mỗi năm, thế giới có hơn 1,5 triệu người tử vong do các bệnh truyền nhiễm có thể phòng ngừa bằng vắc xin (theo thống kê của Tổ chức Y tế Thế giới (WHO).
https://vnvc.vn/vac-xin-la-gi/

89. Đài BBC News nói Coronavirus: Nhà Trắng thừa nhận thiếu hụt dụng cụ xét nghiệm.
Ngày 6 tháng 3 2020.
https://www.bbc.com/vietnamese/world-51764245

6.2. CÁM ƠN COVID-19

Là cơ hội để thấy "Tinh, Khí, Thần" mà Y học cổ truyền là đúng. Y học cổ truyền và hiện truyền cùng hợp nhau để chống dịch, khỏe mạnh và sống lâu.

Bế tinh, dưỡng khí, tồn thần,

Thanh tâm, quả dục, thủ chân, luyện hình.

Vào thế kỷ thứ XIV, đại danh y Tuệ Tĩnh đã dùng 14 thuật từ đông y: "Bế tinh, dưỡng khí, tồn thần, thanh tâm, quả dục, thủ chân, luyện hình"[90] nhằm mô tả như bảy chìa khóa vàng để giữ gìn sức khỏe, sắc đẹp và sống lâu cho tất cả mọi người.

1. Tinh là những thứ tinh túy nhất trong cơ thể con người.
2. Khí là phần dương khí nó được chế hóa kết hợp giữa khí trời với chất dinh dưỡng (cốc khí) mà tạo nên phần khí của cơ thể...
3. Thần là thần thái, là sự tổng hợp đầy đủ của tinh, khí và huyết.
4. Thanh tâm là giữ cho tâm trong sáng, thư thái.
5. Quả dục là điều hòa ham muốn cho vừa phải, cho phù hợp, giảm đi sự tham lam, nóng giận, si mê dục vọng; sinh hoạt tình dục điều độ...
6. Thủ chân là giữ cho cơ thể được bình hòa, làm cho cân bằng chân âm, chân dương, chân khí, chân huyết, chân hàn (lạnh), chân nhiệt (nóng), chân

90. Bác sĩ Bùi Vũ Khúc. Bế tinh, dưỡng khí, tồn thần, thanh tâm, quả dục, thủ chân, luyện hình. Thứ 2, 19/04/2021. https://baothaibinh.com.vn/tin-tuc/0/125736/be-tinh-duong-khi-ton-than-thanh-tam-qua-duc-thu-chan-luyen-hinh

biểu (ngoài da), chân lý (phủ tạng bên trong).

7. Luyện hình là tập thể dục đều đặn.

Như vậy, muốn tự bảo vệ, chăm sóc sức khỏe cho chính bản thân mình và người được tốt thì phải "Bế tinh, dưỡng khí, tồn thần, thanh tâm, quả dục, thủ chân, luyện hình".

Cô Vy cho thấy bệnh nhân bị viêm SARS-CoV-2 là do thiếu bảy kỹ năng này. Do "bế tinh", "không dưỡng khí", "tổn thần", "tâm yếu đuối bi quan", "nhiều ham muốn", "không cần bằng" thiếu "vận động thể dục" nên gây ra không khí ô nhiễm, phổi dính virus, khó thở, thân thể yếu đuối, không đủ sức kháng sinh nên dễ nhiễm bệnh và đưa đến tử vong.

Cám ơn các thuốc kháng sinh chủng ngừa vắc xin của thế giới y học hiện đại khiến ngừa dịch lây lan, tuy nhiên vẫn phải kết hợp với bảy chìa khóa vàng này của y học cổ truyền để "tinh, khí, thần" mạnh mẽ vững chải. Bởi lẽ khoa học cũng chứng minh rằng nếu ai luôn vận động, vui tươi, lạc quan, tích cực, yêu đời, thì khả năng miễn dịch của cơ thể tăng lên đáng kể. Cơ thể yếu thì Coronavirus tấn công. Nếu thân tâm khỏe mạnh, Coronavirus sẽ không nhập được.

6.3. CÁM ƠN COVID-19 LÀ BẰNG CHỨNG ĐỂ THẤY HUYỀN KÝ CỦA ĐỨC PHẬT VÀ CÁC NHÀ TIÊN TRI LÀ ĐÚNG

Thế giới vật chất và thế giới tâm linh đều có giá trị. Có những việc mà vật chất công nghệ không giải quyết được, nhưng tâm linh lại được. Siêu hơn vật chất là tinh thần và trí thần đồng, Đức Phật gọi là Thiên Nhãn Thông hay năng lượng của tam muội thiền định.

Với trí tuệ thông thái (định lực), Đức Phật Thích Ca Mâu Ni và các nhà tiên tri (vào thế kỷ VI trước Công Nguyên) và những lời tiên tri nhà thiên văn Triều Tiên - Nam Sư Cổ (thế kỷ thứ VI), Cao nhân Trung Quốc: Lưu Bá Ôn (1310-1375), Trạng Trình Việt Nam: Nguyễn Bỉnh Khiêm (1491-1585), Tiên tri người Pháp: Michel de Nostradame (1503-1566), Bà Chiêm tinh gia mù Bulgarian: Baba Vanna (1911-1996), Tiên Tri Anh Quốc: Hamilton Parker (sanh 1954, 70 tuổi), Tỷ Phú Hoa Kỳ: Bill Gates (sanh 1955, 69 tuổi), Thần Đồng Ấn Độ: Abhigya Anand (sanh 2006, 18 tuổi)… đã biết trước tương lai (the future teller) có những gì sẽ xảy ra và tiết lộ bằng lời nói về một dịch bệnh tai ương sẽ hoành hành khắp hành tinh con người.

Với lòng từ bi, các Ngài hé lộ đại nạn SARS-CoV-2 trong thế kỷ XXI để chúng ta tu tĩnh tâm, dừng các việc ác tiêu cực, nuôi dưỡng các thiện hạnh để tăng cường dòng năng lượng nghiệp tích cực, mong xoay chuyển báo chướng và cộng nghiệp của con người trên toàn cầu. Cho nên, rất cám ơn Cô Vy (Covid-19).

6.4. CÁM ƠN COVID-19 ĐÃ ĐỂ LẠI BÀI HỌC VỀ SỨC KHỎE

Trải qua hơn hai năm toàn cầu chịu đựng sự tác oai, tác oái với siêu vi trùng dịch bệnh Corona Virus, chúng ta mới thấy quý sức khỏe; sức khỏe mới thực sự là vốn liếng lớn nhất của đời người. Nếu thân thể bệnh hoạn, nằm ủ rũ ốm yếu thì dù có cả núi vàng biển bạc, chúng ta cũng chẳng vui vẻ gì như có câu nói:

"Chiếc giường đắt nhất thế gian là giường bệnh.

Thần dược quý giá nhất thế gian chính là sức khỏe".

Không đau yếu, không nhiễm bệnh Covid-19 là một trong những niềm vui tối thượng như Đức Phật dạy rằng:

Không bệnh, lợi tối thượng,
Biết đủ, tiền tối thượng
Thành tín đối với nhau,
Là bà con tối thượng.
Niết-bàn, lạc tối thượng.
(Pháp Cú, phẩm Niết Bàn, kệ số 204)[91]

Điều này cho thấy sức khỏe chính là tài sản vô giá mà mỗi chúng ta đều cần phải trân trọng và giữ gìn. Có sức khỏe tốt là nền tảng vững chắc, mang lợi lạc và tận hưởng cuộc sống đạo đời trọn vẹn.

Để giữ gìn sức khỏe vững mạnh cho toàn nhân loại, giới y tế thế giới không chỉ phải tìm ra nguyên nhân đại dịch (theo dữ liệu dịch tễ, SARS-CoV-2 bắt nguồn từ chợ đầu mối hải sản Hoa Nam, nơi được xem là khu vực tập trung các ca Covid-19 ban đầu)[92] để dập tắt nó mà còn phải ngăn ngừa những hiểm họa tương tự trong tương lai, trong đó các quốc gia phải thành tín với nhau, không che giấu, để truy nguyên nguồn gốc của bệnh, mới có những biện pháp đúng đắn để phòng bệnh và tăng cường sức khỏe cho cộng đồng.

Chúng ta cần khách quan để đánh giá về dịch bệnh, biết nguyên nhân thì mới trị tận gốc được. Hãy nhận thức

91. Pháp Cú, phẩm Niết Bàn, kệ số 204. https://theravada.vn/chu-giai-kinh-phap-cu-quyen-iii-pham-an-lac-tich-duc-vua-pasenadi-bot-an/

92. Thụy Miên, Nguồn gốc Covid-19 từ đâu? https://thanhnien.vn/nguon-goc-covid-19-tu-dau-1851086986.htm

đúng, phòng ngừa và điều trị bệnh đúng cách. Tính chất của vật chất là biến đổi, Corona Virus cũng biến đổi theo quy luật của nó với mức độ ngày càng nguy hiểm.

Để hiểu rõ hơn về dịch bệnh và sức khỏe, xin chia sẻ cuộc phỏng vấn của Báo Giác Ngộ[93] với Đại đức Thích Trí Minh (bác sĩ chuyên khoa cấp I, Giảng viên Học viện Phật giáo VN tại TP.HCM) như sau:

- Đối với y học, thầy thuốc thường phối hợp ba cách khi chữa trị: một là dùng thuốc men và kỹ thuật y khoa, hai là chế độ sinh hoạt, ba là chế độ ăn uống. Còn đối với những bệnh truyền nhiễm sở dĩ trở thành dịch là vì y học chưa có vaccine phòng bệnh và thuốc điều trị tác nhân gây bệnh. Cho nên, trong việc chữa trị dịch bệnh Corona, thuốc men và kỹ thuật y khoa, chỉ là yếu tố phụ thôi, cần phải tập trung vào vấn đề sinh hoạt (đeo khẩu trang, rửa tay, cách ly, tránh tiếp xúc nguồn lây) và ăn uống (tránh thói quen gắp chung đũa, uống chung ly, ăn thịt sống, thịt thú rừng).

Còn việc chữa một người đã nhiễm bệnh dịch, y khoa chỉ hỗ trợ bên ngoài như trợ thở, dinh dưỡng; đòi hỏi cá nhân người đó phải có cơ địa tốt và đặc biệt là tinh thần vị tha, lạc quan. Thái độ sống ích kỷ và lười biếng, lo âu và sợ hãi, là biểu hiện của tâm tham và sân, sẽ khiến cơ thể sinh ra các hóa chất độc hại, gây co mạch máu, giảm sức đề kháng, giúp Coronavirus dễ phá hủy các tế bào phổi hơn.

Hỏi: **Nếu bị nhiễm bệnh, theo Thầy, người Phật tử nên làm gì cho phù hợp?**

Đáp: Đối với Phật tử hoặc những người hiểu biết về

93. https://giacngo.vn/nguoi-phat-tu-truoc-dich-benh-covid-19-post50716.html

Phật giáo thì cần phải biết rằng Đạo Phật là đạo giác ngộ, tức là mình phải có cái thấy đúng, có chánh kiến.

Trong kinh Chánh kiến (Kaccayanagotta - Ca Chiên Diên thị, thuộc Tương Ưng bộ), Phật dạy chánh kiến là cái thấy trung đạo, duyên sinh, không rơi vào cực đoan này (như chỉ tin vào số phận hoặc chỉ thấy bệnh là do ác nghiệp tiền kiếp, rồi không phòng và trị bệnh), hoặc rơi vào cực đoan kia (chỉ lo phòng và trị bệnh mà bỏ qua yếu tố xưa kia vì tham, sân, si mà đã tạo bao ác nghiệp, làm đau đớn tổn hại các loài động vật).

Khi Đức Phật tại thế, Ngài cũng nhờ y sĩ Kỳ Bà (Jivaka) khám và điều trị khi có bệnh. Nhưng trong kinh Trung bộ số 135, Ngài cũng khẳng định với thanh niên Tô Đề Đa Tử rằng bệnh là do thói quen (nghiệp) làm đau đớn và tổn hại các loài động vật, và tử vong khi có bệnh là do tánh hay tắm máu, sát hại các loài chúng sanh. Ngược lại, người có thiện nghiệp như hiếu sanh, vị tha, thương yêu các loài hữu tình sẽ không hoặc ít bị bệnh, khỏe mạnh và trường thọ. Theo đó, về mặt y học, như trong phòng trị bệnh, sinh hoạt và ăn uống, người Phật tử phải theo khuyến cáo của giới chuyên môn y tế như đã nói ở trên.

Hỏi: **Biết rõ điều gì cần phải làm để có lợi ích cụ thể lúc chữa trị hay phòng bệnh?**

Đáp: Đức Phật dạy: *"Chỗ nào được lợi ích, Chỗ ấy gắng tinh cần."* có thể ứng dụng cụ thể vào việc góp phần chữa trị dịch bệnh như lúc ngăn ngừa bệnh tật lây lan thì quan sát và phân tích, là trạch pháp; thấy sự thực hành nào có lợi ích thật sự giúp giảm bệnh, giảm lây và chóng hồi phục thì cố gắng làm phần ấy.

Ví dụ, các biện pháp cách ly vùng bị dịch bệnh lan nhiều như thành phố Vũ Hán ở Trung Quốc, một số xã trong tỉnh Vĩnh Phúc hay một vài khu vực trong đô thị Hà Nội ở Việt Nam, toàn thể nước Ý hiện nay, vài khu vực ở thành phố New York, hay nguyên thành phố San Francisco bang California ở Hoa Kỳ, v.v... giúp việc ngăn chặn lây lan rất có hiệu quả và hữu ích, nên các cơ quan chức năng liên hệ đã cố gắng thực hành kiên trì cho đến lúc thành công. Nghe đến chữ "bị cách ly" ai cũng sợ, nhưng cách ly từ hai tuần lễ đến cả tháng hay hơn nữa để ngăn chặn sự lây lan dịch này là một trong các "tiêu chuẩn vàng" hiện nay được rất nhiều nước từ Đông sang Tây áp dụng.

Cám ơn Đại đức Bác sĩ Thích Trí Minh đã chia sẻ.

6.5. CÁM ƠN COVID-19 LÀ CƠ HỘI TỐT ĐỂ PHÁT BỒ ĐỀ TÂM

Vào mùa dịch, Hòa Thượng Thích Trí Quảng thường dạy rằng dịch bệnh là cơ hội tốt cho những ai phát tâm Bồ-đề,[94] hành Bồ-tát đạo theo tinh thần Kinh Pháp Hoa để chúng ta thực hiện hạnh giúp đỡ người khác. Thật vậy, Phật dạy người hành Bồ-tát đạo là lo cho chúng sanh để kết thành quyến thuộc Bồ-đề, thực tế là giúp cho những người khó khăn, đang cần bàn tay và trái tim của chúng ta.

Hành giả Pháp Hoa, hành Bồ-tát đạo để thành Phật trong tương lai, phải khởi đại bi tâm cứu khổ chúng sanh. Và trong những nỗi khổ lớn của chúng sanh là thiếu ăn và bị bệnh dịch như dịch Covid-19 đang lan rộng cả toàn cầu, chúng ta cần dốc hết khả năng giúp đỡ cũng như cứu chữa dịch bệnh. Việc này rất quan trọng đối với hàng đệ tử

94. Thông điệp của Trưởng lão HT.Thích Trí Quảng trong đợt dịch Covid-19.
https://www.youtube.com/watch?v=zIoiUK14Lqs

Phật, vì không cứu giúp chúng sanh không phải là Bồ-tát, không thành Phật.

Cho nên, cám ơn dịch bệnh Covid-19, để hạnh nguyện phát bồ-đề-tâm và lòng tốt của chúng ta được hiển lộ.

6.6. CÁM ƠN TRÁI ĐẤT, MẶT TRỜI VÀ KHÔNG KHÍ

Một bệnh nhân 93 tuổi ở Ý[95] khi xuất viện, và nhìn hóa đơn trả tiền cho máy thở trong một ngày, bỗng ông bật khóc...

Bác sĩ khuyên ông đừng khóc vì hóa đơn. Ông thút thít trả lời: "Tôi không khóc vì tiền tôi phải trả. Tôi có thể trả tất cả số tiền trong hóa đơn." Tôi khóc vì tôi đã hít thở không khí của trời đất trong 93 năm, nhưng tôi không bao giờ trả tiền cho trời đất. Nếu phải mất 500 euros để sử dụng máy thở trong bệnh viện trong một ngày, thì bác sĩ biết tôi nợ trời đất bao nhiêu tiền cho không khí trong 93 năm không? " Trái đất đã giúp con người và muôn loài rất nhiều. Vậy mà chúng ta cũng như ông già người Ý chưa bao giờ bày tỏ lòng biết ơn đến trái đất đã bố thí cho chúng ta không khí trong lành miễn phí.

Hôm nay, Covid-19 đã đến và dạy cho chúng ta một bài học về lòng biết ơn đối với trái đất, mặt trời và không khí mà chúng ta đã hưởng trong suốt thời gian đặt chân trên mặt đất này.

Trong một bài diễn văn đọc trước Hội Nghị về biến

95. Nguyên Cẩn, Nghĩ về những điều bình thường & phi thường. https://giacngo.vn/nghi-ve-nhung-dieu-binh-thuong-phi-thuong-post52376.html

đổi khí hậu của Liên Hiệp Quốc,[96] Thiền sư Nhất Hạnh đã trình bày như sau:

> "Trái đất là Mẹ của chúng ta. Trái đất nuôi dưỡng và bảo vệ ta từng giây từng phút. Trái đất cho chúng ta không khí để thở, nước trong để uống, thực phẩm để ăn và những cây thuốc hiền lành để ta trị bệnh.
>
> Mỗi hơi thở vào của chúng ta đều có chứa khí nitơ, khí oxy, hơi nước và những nguyên tố vi lượng của trái đất. Nếu thở có chánh niệm thì ta có thể chứng nghiệm được sự tương tức giữa ta với bầu khí quyển mỏng manh của trái đất, với cây cỏ, và với cả mặt trời, vì nếu không có mặt trời thì sự quang hợp sẽ không thể xảy ra. Với mỗi hơi thở ta có thể chứng nghiệm được sự dung thông (communion), với mỗi hơi thở ta có thể nếm được những mầu nhiệm của sự sống."

Thật đúng như lời Thiền sư Nhất Hạnh cảnh tỉnh, vì mãi theo cuộc mưu sinh và vọng cầu những cái khác trên đời, nhiều khi chúng ta đã quên mình đang sống ở đâu và không biết đến không khí, mặt trời và hơi thở luôn. Rồi đến khi đại dịch xảy ra, chúng ta mới biết được thở ra nhẹ nhàng, thở vào bình an, được có không khí trong lành là quý giá biết bao. Thiền sư Nhất Hạnh bảo rằng,

> "Bước những bước đi thanh thản và an lạc trên mặt đất, đó là một phép lạ mầu nhiệm. Có người bảo đi trên than hồng, đi trên bàn chông hoặc đi

---

96. Thích Nhất Hạnh, Thông điệp của Thiền sư Thích Nhất Hạnh gửi đến Liên Hiệp Quốc về vấn đề biến đổi khí hậu.
https://langmai.org/cong-tam-quan/thong-bach/thong-diep-cua-thien-su-thich-nhat-hanh-goi-den-lien-hiep-quoc-ve-van-de-bien-doi-khi-hau/

trên mặt nước mới là phép lạ. Tôi thì tôi thấy đi trên mặt đất đã là một phép lạ rồi. Phép lạ là đi trên mặt đất."[97]

Rồi Ngài đưa ví dụ về một phi hành gia không thể trở về quả đất vì lý do nào đó, khi ấy chắc anh ta sẽ mơ được bước chân trở lại trên mặt đất. Người đi máy bay qua vùng thời tiết xấu, những khi máy bay chao đảo, vị ấy chỉ ước mơ nó mau đáp xuống để bước chân trở lại trên mặt đất.[3] Lúc ấy, ý nghĩ đi bộ hay đi dạo thường ngày đồng nghĩa với việc mình đang sống, đang thở và đang hưởng ánh nắng mặt trời rất quý. Nếu thiếu đất, nước, gió, lửa thì chúng ta không thể sống được.

Cho nên, cám ơn đại dịch Covid-19 để chúng ta thấy quý trọng trái đất, mặt trời và không khí.

6.7. CÁM ƠN COVID-19 ĐÃ ĐẾN VÀ ĐI

Theo nhà văn Phan Việt,[98] đại dịch xảy đến với nhân loại cũng thuận theo đúng quy luật của tự nhiên. Nó đến

---

97. Thích Nhất Hạnh, Phép lạ là đi trên mặt đất.
(Trích từ cuốn "An trú trong hiện tại" – Sư Ông Làng Mai)
https://langmai.org/tang-kinh-cac/bai-viet/phep-la-la-di-tren-mat-dat/

98. Nhà văn Phan Việt đồng thời là một nữ tu, phó giáo sư tại Đại học Minnesota (Hoa Kỳ) trong buổi trò chuyện trực tuyến mới đây từ một ngôi chùa tại Thái Lan với các bạn trẻ ở trong nước có thể mang đến sự vỗ về rất lớn cho nhiều người đang rối bời, thậm chí hoảng loạn giữa cuộc khủng hoảng do Covid-19 gây nên. Ngoài giải thưởng văn học, chị từng được giải thưởng Người phụ nữ truyền cảm hứng của Trung tâm Văn hóa Birmingham, Hoa Kỳ và Bằng khen của Bộ Lao động-Thương binh và Xã hội về những đóng góp cho sự phát triển nghề công tác xã hội của Việt Nam.
https://giacngo.vn/nha-van-phan-viet-moi-hien-huu-deu-thanh-tinh-post59003.html

rồi nó sẽ phải đi. Hiện nay nó đang xảy ra nghĩa là nó đang đi qua rồi...

"Không có Covid-19 thì sẽ có một thứ khác tương tự. Giống như người ta không đánh nhau ở Trung Đông thì cũng đánh nhau ở châu Phi, không mưa đá ở đây thì sẽ lụt lội nơi kia. Thế giới không bao giờ hết việc theo đúng nhân quả, nó không bao giờ ngừng chuyển động, nó không ngừng xảy ra, nó không bao giờ ngừng thị hiện" - người chấp bút *Trái tim không - Cuộc đời và thơ của Thiền sư Yantra Amaro* nói.

Đại dịch Covid-19 cũng chỉ là một sự việc trong vô vàn sự việc không ngừng xảy ra ở thế gian vô thường, luôn luôn thay đổi này, rằng bản thân Covid-19 không phải là bất hạnh, khổ đau, mà chính cách nhìn của con người khiến mình cảm thấy nó là bất hạnh, khổ đau.

Chỉ cần nhìn kỹ vào thân tâm mình thôi, sẽ thấy thế giới này không có cái bất hạnh, mà chỉ là mình cảm thấy bất hạnh. Thực hành sống bằng cái thiện, cái trong, cái sáng, cái thẳng thì sẽ nhận ra bất cứ cái gì hiện diện trong thế giới này cũng là một tài sản của mình, cũng đẹp, bao gồm cả những bất hạnh, cả Covid-19. Cho nên có Covid-19 hay không cũng không động một chút nào đến thân, tâm.

"Đại dịch xảy ra là nó tuân theo đúng quy luật của nó. Nó đến rồi nó sẽ phải đi. Hiện nay nó đang xảy ra nghĩa là nó đang đi qua rồi."

Chỉ đưa ra lời khuyên cho mọi người hãy dùng cái tâm trong sáng mà đối xử với tất cả mọi thứ, đối với cả đại dịch Covid-19, thì sẽ không cần phải đôn đáo chạy dịch, không lo lắng, không chán nản, để mang cái trong veo, thanh tịnh của mình giúp được cho những người còn bấn loạn.

"Thế giới vận hành theo nhân quả, không liên quan gì đến mong cầu của ta. Hãy hiểu rõ điều đó. Mình chỉ cần làm hết sức của mình, với một thiện ý, thì tương lai sẽ có quả ngọt. Ai cũng có trí tuệ tuyệt vời để tự trả lời hết các câu hỏi của mình," Phan Việt nhắn nhủ.

6.8. CÁM ƠN COVID-19 LÀ THIỆN TRI THỨC CỦA TOÀN NHÂN LOẠI

Thượng Tọa Thích Minh Định[99] chia sẻ rằng từ khi Corona Virus xuất hiện làm cho cuộc sống toàn cầu bị đảo lộn, nhưng không phải là không có điều tích cực, thậm chí có nhiều điều rất tích cực như:

1. Thức tỉnh nhân loại chúng ta nhận ra sự vô thường, mạng người rất mong manh, tiền bạc danh vọng chẳng có ý nghĩa gì hết, khi đối diện với tử thần.
2. Thức tỉnh nhân loại phải xem xét lại hành vi qua ba nghiệp thân, khẩu, ý của mình, không thể cứ làm ác hoài, thì tương lai quả báo sẽ không thể tưởng tượng được.
3. Thức tỉnh cho con người nên sống chậm lại, và phải biết trân quý những giá trị trong cuộc sống mà mình đang có, giúp đỡ lẫn nhau nhiều hơn, sống vì mọi người, tha thứ khoan dung độ lượng rộng lớn hơn.
4. Thức tỉnh con người biết quay về với cuộc sống chân thật hơn, bớt làm tổn hại tới người khác, biết

99. Thích Minh Định, Coronavirus là thiện tri thức của toàn nhân loại, Viết tại Chùa Kim Quang ngày 25/03/2020.
https://quangduc.com/a67799/coronavirus-la-thien-tri-thuc-cua-toan-nhan-loai

trân quý tình người, biết thương yêu vợ chồng con cái, bạn bè nhiều hơn.

5. Thức tỉnh con người tiền tài vật chất danh vọng là hư huyễn, sức khoẻ mới quan trọng, mạng sống quý giá nhất.
6. Thức tỉnh con người bớt chạy đua vũ trang chỉ hao tốn tiền bạc, để tiền bạc lo cho dân, xây dựng đất nước, vì tất cả những vũ khí tối tân đến mấy, đều bất lực trước con Coronavirus nhỏ bé này.
7. Đem lại cho thế giới một bầu không khí trong sạch, bớt ô nhiễm, buộc tất cả các phương tiện hầu như đều ngừng hẳn, chỉ hoạt động rất ít khi cần thiết.
8. Đem lại sự nghỉ ngơi chưa từng có cho nhân loại, để nạp năng lượng sau bao nhiêu năm đi cày vất vả, mà các chính phủ cũng có trả lương tối thiểu, hoặc trợ giúp một phần nào trong cuộc sống.
9. Tai nạn giao thông giảm rất nhiều, nếu không muốn nói là không có, hoặc rất ít. Nếu số người chết vì Coronavirus so với tai nạn giao thông trên thế giới thì không là gì hết. Nếu tính số người chết hiện nay đã lên tới hai hoặc ba chục ngàn người, thì chỉ bằng số người chết vì tại nạn giao thông của một nước trong một năm mà thôi.
10. Thức tỉnh con người toàn tập, ai chưa biết tu thì họ bắt đầu tập tu, ai đã biết tu thì họ tinh tấn tu nhiều hơn, ai chưa nhận ra quả báo thì họ sẽ nhận ra, ai đã từng làm nhiều điều ác, thì họ sẽ biết quay đầu, buông đao sẽ thành Phật.

Còn nhiều điều tích cực nữa, nhưng chỉ nói tóm gọn lại. Do đó, theo lối nhìn của Phật giáo, xem Coronavirus như thiện tri thức của mình, nó cảnh tỉnh và giúp chúng ta biết sửa đổi lỗi lầm, biết quay về con đường chánh. Nếu ai cũng thức tỉnh, hối lỗi xem lại ba nghiệp thân, khẩu, ý. Từ giờ trở đi ba nghiệp của mình đều phải cẩn thận, không làm những gì lỗi lầm như trước kia, biết sợ nhân quả, thì Coronavirus sớm sẽ biến mất trong vô hình, coi như Coronavirus đã làm xong nhiệm vụ của mình.

Trên thế gian này không có cái gì gọi là ngẫu nhiên, mà đều có nhân có quả, cho nên trong đạo Phật rất xem trọng luật nhân quả, rất cẩn thận những hành động của mình, vì một khi đã lỡ gieo nhân xuống, thì tương lai sẽ phải gặt quả, nhân nào quả đó, như bóng với hình.

Hy vọng mọi người đều cẩn thận với nhân quả, chỉ gieo trồng những nhân tốt, thì ngay đời này, cho đến đời vị lai, mình sẽ hưởng những quả ngọt, quả tốt, được như vậy thì tất cả chúng ta sẽ sống trong cảnh thái bình an lạc, không bao giờ còn lo sợ Coronavirus xuất hiện nữa.

6.9. CÁM ƠN COVID-19 ĐÃ CHO MỘT BÀI HỌC VỀ CUỘC ĐỜI

Thượng Tọa Thích Phước Tiến[100] chia sẻ về vai trò của Corona Virus như sau:

"Trong thế kỷ 21, khi văn minh đạt đến đỉnh cao, nhất là công nghệ hiện đại và tiện nghi vật chất gần như hoàn hảo, nhu cầu hưởng thụ lại quá đầy đủ, ít ai nghĩ đến có một lúc con người phải đối diện với một thảm cảnh nghiệt ngã như hôm nay – Covid 19, trận dịch lớn nhất lịch sử trong thế kỷ qua, chợt khởi như một cơn ác mộng đã khiến

100. Thích Phước Tiến, Bài Học Nghiêm Khắc Từ Covid-19. https://thuvienhoasen.org/a33675/bai-hoc-nghiem-khac-tu-covid-19

cho nhân loại phải kinh hoàng.

Trước khi diễn ra đại dịch toàn cầu, chúng ta tự cho mình là cái rốn của vũ trụ. Chúng ta luôn ảo giác trái đất này như tên nô lệ để phục vụ những yêu cầu của mình một cách bất tận. Lúc bình an và sung túc nhiều người trong chúng ta dễ sanh ra sự ỷ lại, tự mãn, luôn sống trong sự hối hả mà chưa từng nhìn lại, kiểm thảo và chiêm nghiệm cuộc sống, bởi họ xem việc đó là triết lý của thầy tu, của những kẻ bi quan hay những người không đủ khả năng tạo ra đồng tiền.

Vì quá say mê trong sự hưởng thụ xa hoa đã làm cho chúng ta quên đi mình là ai trên hành tinh này?

Chân thành mà nói, chúng ta không có gì đáng để kiêu ngạo và tự hào khi mình chỉ là một con nợ – nợ xã hội và nợ ngân hàng thiên nhiên rất lớn. Cái gì vay mượn thì một lúc nào đó chúng ta cũng phải trả, trả sòng phẳng cả vốn lẫn lời.

Đây là quy luật công bằng của vũ trụ, một sự thanh lọc có điều kiện không hề thiên vị. Chỉ cần con vi rút Corona nhỏ bé xuất hiện, nó bắt đầu trở thành phép thử khắc nghiệt cho lòng can đảm, đức hy sinh, tình yêu thương, sự chia sẻ, tính lương thiện hay những thói hư tật xấu, ích kỷ, tham lam, của mỗi con người trong xã hội.

Một trận dịch xảy ra, nó vừa là một nguy cơ nhưng cũng vừa là cơ hội để nhắc nhở cho con người thức tỉnh lại, biết nhìn lại mình, biết sống hợp đạo lý, tình người, biết tôn trọng người khác, không còn sống hối hả, mù quáng và bất chấp tất cả nữa…

Vì không tôn trọng sự sống của muôn loài, giết chóc bừa bãi và vô nhân đạo thì có lúc chúng ta phải trả giá cho sự lạnh lùng và vô tâm đó. Chúng ta đang hủy diệt sự sống của mình từng ngày trên hành tinh này mà cứ ảo tưởng rằng mình đang tận hưởng.

Như một nhà báo có nói: "Khi thiên tai dịch họa xảy ra, con người thường xót xa coi mình là nạn nhân của tự nhiên, số phận. Mấy ai nghĩ được sâu xa, hàng ngày chính họ cũng góp phần để trở thành hung thủ?"

Đây là lời nhận định rất chính xác, nhằm phản ánh cho tự ngã của con người. Chính cái "***tôi***" quá lớn, nên nó đã che mờ cả lý trí để chúng ta không còn nhận ra những khuyết điểm của mình, và mọi thứ cản trở cái "***tôi***" đều trở thành cái khả ố, đáng ghét, đáng phải bị loại trừ."

Trong một bài viết khác, Thầy Tịnh Đạo[101] cũng đã nói gởi lời cảm ơn chân thành đến Cô Vy (Covid-19 hay Corona Virus), không phải vì Corona Virus đã đến trái đất giết chết 7 triệu hay 15 triệu người và làm nhiễm bệnh trên 700 triệu người[102] mà vì bạn Cô Vy đã thay mặt cho cả vũ trụ, đất mẹ, thiên nhiên môi trường, để nhắn gửi với chúng ta rằng:

"Hãy dừng lại, nhìn kỹ, nhìn sâu vào tất cả, hãy quay về chuyển hóa chính mình." Bạn cũng như Ngài Đề Bà Đạt Đa trong Kinh Pháp Hoa hành nghịch hạnh Bồ Tát để

---

101. Tịnh Đạo, 108. Tâm tình cùng Bạn Covid, Hương Đạo trong Đời 2022,Thi viết Phật Pháp Ứng Dụng, Thích Nữ Giới Hương tuyển tập.2022.
https://huongsentemple.com/index.php/vn/kinh-sach/tu-sach-bao-anh-lac/huong-dao-trong-doi-2022

102. Theo Tổ chức Y tế Thế giới (WHO), trong một tuyên bố báo chí Tổng giám đốc WHO Tedros Adhanom Ghebreyesus cho biết rằng theo số liệu mới nhất, khoảng 15 triệu người đã chết trong hai năm đầu tiên của đại dịch COVID-19. Trong khi theo cổng thông tin của worldometers (ngày 28 tháng 4 năm 2023) , số tử vong trên toàn thế giới là 6,860,779

chúng ta có cơ hội tu tập. Bạn luôn hiện diện trong chính chúng ta trong muôn trùng duyên khởi, cũng như thiên nhiên, đất mẹ luôn có mặt trong mỗi chúng ta. Nuôi dưỡng cái gì, đưa đến lợi ích hay tác hại đều do mỗi chúng ta định đoạt. Mong rằng những lời chúng ta nói với bạn Cô Vy được tất cả mọi người nghe thấy và cùng nhau thay đổi.

Thân ái chào tạm biệt và mong rằng không còn gặp lại bạn Cô Vy trong tương lai!"

Tóm lại, qua tâm tư chia sẻ của Chư Tôn Thiền Đức Tăng Ni như Trưởng lão Hòa thượng Thích Trí Quảng, Thiền sư Nhất Hạnh, Thượng Tọa Minh Định, Thượng Tọa Phước Tiến, Đại đức Tịnh Đạo, nhà văn Phan Việt… và các tác giả khác, chúng ta thấy rằng mọi việc rồi cũng sẽ qua đi; Corona Virus xuất hiện như một thử thách lớn, một trò chơi lớn của vết thương tổn hại nhân mạng, nhưng trên tất cả, bạn Cô Vy đã để lại các bài học có giá trị lớn.

Cám ơn Cô Vy trong hai năm qua (2020-2022) đã để lại bài học nghiêm khắc và đầy đau thương này. Chúng ta như bừng tỉnh thấy được bệnh dịch cũng như các hiện tượng giới đến rồi đi, cuộc đời này vốn vô thường, giả tạm theo nhân duyên, nghiệp báo.

Cô Vy cũng giúp chúng ta thấy rõ lý Tứ Đế,[103] bài pháp

(7 triệu) và ca nhiễm là 704,753,890 (700 triệu).
Coronavirus Tracker. Report coronavirus cases.
https://www.worldometers.info/coronavirus/country/us/

103. Tứ Diệu Đế: Khổ, Tập, Diệt, Đạo. Mỗi đế có 3 giai đoạn nhân cho 4 thành 12 Tuệ, như sau:

- Khổ:Tuệ tri: Đây là khổ, khổ phải được thấy, khổ đã thấy.
- Tập: Tuệ diệt: Đây là nguyên nhân khổ, phải được tận diệt, đã tận diệt.
- Diệt: Tuệ chứng: Đây là diệt khổ, phải được chứng ngộ, đã được chứng ngộ.

đầu tiên Đức Thế Tôn tại Lộc Uyển, Sarnath, Varanasi. Khi biết bản chất thật hay ranh giới mong manh của sự sống-chết qua Covid-19 (Khổ đế), biết nguyên nhân Corona virus vì sao xuất hiện (Tập đế, tập tham sân si), tìm hiểu cách phòng ngừa, đối phó, tiêm chủng, giữ sức khỏe, và biết trau dồi tâm linh tu tập, sám hối, ngồi thiền, tụng kinh (Đạo đế, tám con đường chân chánh), đón nhận sự đến và đi của Covid-19 một cách điềm tĩnh (Diệt đế) như câu Phật ngôn: "Không có gì là ta, không có gì là của ta, không có gì là tự ngã của ta."[104]

Như vậy, qua người bạn Cô Vy, chúng ta thấy rõ chân lý của Khổ, nguyên nhân của Khổ, Khổ Diệt và phương pháp chuyển hóa Khổ của Đức Phật.[105] Đức Phật nhấn

---

- Đạo: Tuệ hành. Đây là đạo diệt khổ, phải thực hành, đã thực hành.

Như vậy, thấy rõ Tứ Đế, chứng ngộ Tứ Đế là điều kiện tất hữu để thành Phật, thành A-la-hán hay thành Phật Độc Giác vậy.

Ngoài ra, rải rác trong kinh điển, Đức Phật thường có những lập ngôn như sau:

Ai thấy rõ Tứ Đế là người ấy có chánh kiến, đã vĩnh viễn ly thoát tà kiến.

- Ai thấy rõ Tứ Đế, người ấy sẽ có pháp nhãn, có đức tin bất động với giáo pháp.
- Ai thấy rõ Tứ Đế, người ấy sẽ không bị còn bị vô minh, ái dục, si mê chi phối nữa.
- Người thấy rõ Tứ Đế mới có khả năng giải thoát dòng bộc lưu sinh tử.

https://truclammarseille.com/vi/news/phat-hoc/y-nghia-sau-sac-cua-giao-phap-tu-dieu-de-94.html

104. SN 22.59: Anatta-lakkhana Sutta (Kinh Vô Ngã Tướng), The Discourse on the Not-self Characteristic, translated from the Pali by Ñanamoli Thera.
https://www.accesstoinsight.org/tipitaka/sn/sn22/sn22.059.nymo.html

105. Lý Tứ Đế: Khổ, Khổ tập, Khổ Diệt và Khổ Diệt Đạo.
Tứ diệu đế là Hán dịch từ chữ Phạn Catvary Aryasatyani. Arya là Diệu, cao quý, mầu nhiệm; Satya là Đế, là sự thật, là chân lý. Tứ diệu đế còn

mạnh rằng: "Nếu con người ta không hiểu rõ Tứ Diệu Đế là gì thì không có cách nào khác có thể tránh được con đường sinh tử luân hồi, không hiểu rõ Tứ Diệu Đế là gì thì sẽ không thể nào tìm được con đường để thoát ly khổ đau, trầm luân từ kiếp này sang kiếp khác". Pháp Phật thật hữu ích, phù hợp, thiết thực trong cuộc đời đầy đại dịch này.

Vâng, chúng ta đã có được sự trải nghiệm quán chiếu bản chất thực tại của lý Tứ Đế qua Covid-19. Chúng ta được suy nghiệm về bài học nghiệp lực chuyển hóa, nhân quả hiện tiền, khắc phục sai lầm, khiến cuộc sống của mình chín chắn hơn, ý nghĩa hơn, cho nên rất cám ơn bạn Cô Vy.

được gọi là Tứ chân đế, Tứ thánh đế, Bốn chân lý mầu nhiệm.

1- Khổ đế (Dukkha): là thực trạng đau khổ của con người.

2- Tập đế (Samudaya): là nguồn gốc hay nguyên nhân dẫn đến thực trạng đau khổ.

3- Diệt đế (Nirodha): là sự kết thúc hay sự chấm dứt khổ đau.

4- Đạo đế (Magga): là con đường hay phương pháp thực hành dẫn đến chấm dứt khổ đau.

Giáo lý Tứ diệu đế được nói đến trong các kinh: Đế phân biệt tâm kinh (Trung Bộ III), kinh Phân biệt thánh đế (Trung A Hàm), kinh Chuyển pháp luân (Tương Ưng & Tạp A Hàm), và rải rác trong kinh tạng Pàli cũng như Hán tạng.

Ban Hoằng pháp Trung ương Giáo Hội Phật Giáo Việt Nam

Phật Học Cơ Bản, Chương trình Phật học Hàm thụ (1998-2002), Nhà xuất bản Thành Phố Hồ Chí Minh

https://thuvienhoasen.org/a11636/bai-1-bon-chan-ly-tu-dieu-de

CHƯƠNG 7

KẾT LUẬN
ĐẠI DỊCH CORONAVIRUS TRONG THẾ KỶ XXI

Từ thuở ban sơ trước công nguyên và cho đến ngày nay thế kỷ XXI, lịch sử đã cho thấy, đời sống con người tại Việt Nam, Hoa Kỳ và trên toàn cầu đã luôn có những dịch bệnh đáng sợ thường xảy ra như Dịch đậu mùa Antonine (năm 165 trước Tây lịch), Đại dịch hạch Justinian (541-542), Dịch hạch đen Black Death (1346 - 1353), Đại dịch hạch London (1665), Bệnh đậu mùa, Dịch tả, Đại dịch cúm Tây Ban Nha, Đại dịch cúm A/H1N1, HIV/AIDS, Dịch Coronacovis Covid 2019... đã tổn thương và lấy đi mạng sống con người rất nhiều, khiến tuổi thọ và dân số thế giới đã bị suy giảm đáng kể.

Thế kỷ XXI là thời buổi của công nghệ 4.0, 5.0, tiên tiến. Con người có thể sáng tạo các vũ khí tối tân siêu âm thanh, siêu ánh sáng, tàu lặn siêu tốc độ, máy bay tàng hình, vũ khí sinh học, thành phố dưới lòng biển, phi trường hiện đại. Khoa học có thể chinh phục được đại dương, sông băng, bắc cực, vũ trụ, không gian, sao hỏa, mặt trăng, sao chổi. Kỹ nghệ có thể chế tạo được trí tuệ nhân tạo (AI), máy vi tính siêu nhanh, siêu mỏng, dữ liệu lớn, blockchain và Internet vạn vật (IoT) đang thay đổi nhanh chóng trong thế giới ảo. Thế nhưng, các thông minh sáng chế siêu việt ấy lại bất lực và thất bại trước sự hoành hành và diễn biến phức tạp của các virus siêu nhỏ SARS-CoV-2, khiến cho tai ương dịch bệnh cúm phổi, lũ lụt, mưa bão, sóng thần, động đất, .. môi trường thiên nhiên bất ổn đã xảy ra và ảnh hưởng khắp nơi.

Bóng đen của đại dịch SARS-CoV-2 đã chứng minh cho thấy những huyền ký của Đức Phật Thích Ca Mâu Ni (vào thế kỷ VI trước Công Nguyên) và những lời tiên tri nhà thiên văn Triều Tiên: Nam Sư Cổ (thế kỷ thứ VI), Cao nhân Trung Quốc: Lưu Bá Ôn (1310-1375), Trạng Trình Việt Nam: Nguyễn Bỉnh Khiêm (1491-1585), Tiên tri người Pháp: Michel de Nostradame (1503-1566), Bà Chiêm tinh gia mù Bulgarian: Baba Vanna (1911-1996), Tiên Tri Anh Quốc: Hamilton Parker (sanh 1954, 70 tuổi), Tỷ Phú Hoa Kỳ: Bill Gates (sanh 1955, 69 tuổi), Thần Đồng Ấn Độ: Abhigya Anand (sanh 2006, 18 tuổi) nói về một đại nạn dịch bệnh sẽ xảy ra, đe dọa mạng sống loài người, đang lãng vãng hiện trước cửa và gieo rắc mầm chết khắp các nẻo đường, tổn thất nhân mạng sẽ rất lớn, phố xá sẽ vắng tanh như thành phố chết. Quả đúng y như vậy vào những khoảng thời gian này (2020-2022), hầu như các nước trên thế giới dù siêu cường hay nhược tiểu, dù phát triển hay lạc hậu, đều phải cố gắng chống chọi, ngăn ngừa, theo cùng một cách giãn cách xã hội (social distancing), cô lập phong tỏa vùng dịch (lockdown), cách ly (isolation) để tránh nhiễm dịch và phòng bệnh.

Lịch sử hiện đại của thế giới loài người luôn nhớ mãi những năm 2019-2022 khi tử thần Corona Virus từ thành phố Vũ Hán, Trung Quốc, đã tấn công và lấy gần 15 triệu[106] mạng sống của con người ở gần 200 đất nước trên hành tinh này. Đây là những năm để lại nhiều đau thương tang tóc nhất.

Trong khi tác hại đối với người còn sống (không nhiễm dịch SARS-CoV-2), đại dịch đã làm phá vỡ nếp làm việc và sinh hoạt của các gia đình. Nhiều bà mẹ cùng phụ huynh khác đã phải căng mình vừa chăm con, vừa dạy con học tại nhà lại vừa làm việc online. Nhiều lúc họ "nổ tung" vì căng thẳng như Giáo sư Fisher nói: "Người dân phải vật lộn để trang trải cuộc sống. Các phụ huynh đang rất căng thẳng và con cái của họ cũng căng thẳng theo."[107]

Tình trạng căng thẳng cộng đồng sẽ dẫn tới có hại cho sức khỏe. Theo kết quả một cuộc khảo sát, có tới 70% số bà mẹ Mỹ cho biết sức khỏe của họ bị tổn hại nặng nề, do lo âu và căng thẳng bắt nguồn từ đại dịch Corona Virus.

Cuộc sống trên toàn cầu bị đảo lộn chưa từng thấy;

106. WHO ước tính có đã có 15 triệu người trên thế giới đã chết vì COVID-19. (M.Q. Theo Nature)
World Health Organization (WHO) https://www.who.int
The United Nations agency working to promote health, keep the world safe and serve the vulnerable.
Cơ quan Y Tế của Liên Hợp Quốc hoạt động nhằm tăng cường sức khỏe, giữ cho thế giới an toàn và phục vụ những người dễ bị tổn thương.
https://bvbnd.vn/who-uoc-tinh-co-da-co-15-trieu-nguoi-tren-the-gioi-da-chet-vi-covid-19/
https://www.nature.com/articles/d41586-022-01245-6

107. Khánh Ngọc (theo New York Times). Cuộc khủng hoảng của các bà mẹ. Thứ ba, 9/3/2021, 05:00 (GMT+7).
https://vnexpress.net/cuoc-khung-hoang-cua-cac-ba-me-4245429.html

khủng hoảng kinh tế, giáo dục, du lịch, y tế và nhiều mặt khác của xã hội. "Cuộc sống của từng người chịu sự thay đổi một cách sâu sắc: sống chậm lại thay vì sống vội vàng như trước; nhu cầu và thụ hưởng cá nhân trở nên đơn giản hơn, dễ chấp nhận hơn, vị tha hơn…"[108]

Dịch bệnh cũng chính như liều thuốc thử cho tất cả chúng ta. Đó là nỗi sợ hãi, sợ phải đối mặt với bệnh tật và cái chết. Nó không còn mơ hồ nữa mà nó ở ngay sát chúng ta, nó hiện diện, ta có thể cảm nhận và nhìn thấy nó. Đứng trước điều đó, ta mới thấy tính vô thường của vạn vật. Tính chất của vật chất là biến đổi, Coronavirus cũng biến đổi theo quy luật của nó với tính chất và mức độ ngày càng nguy hiểm, ngoài dự kiến của con người.

Covid-19 đã cho thấy thân tứ đại (đất, nước, gió, lửa) của loài người là mỏng manh, yếu đuối, cuối cùng tan rả biến mất. Chúng ta chiêm nghiệm lại những lời dạy của Đức Phật về lý vô thường, vô ngã, khổ và không, duyên khởi, nghiệp báo... đang chi phối vào từng đời sống và cảnh giới xung quanh của con người để không chủ quan cho sự vĩnh cửu của mọi hiện tượng giới như sau:

"Này các Tỳ-kheo! Thường nên hết lòng chuyên cần cầu học đạo giải thoát.

Hãy tinh tấn, chớ có buông lung!

Hết thảy các pháp động và bất động ở thế gian đều là tướng vô thường, thay đổi, chẳng an ổn..."

"Đây là Thánh đế về Khổ, này các Tỷ-kheo. Sanh là

---

108. TS.BS. Lê Thanh Hải, Mùa dịch bệnh: Nghĩ về luật nhân quả dưới lăng kính y học.
https://suckhoedoisong.vn/mua-dich-benh-nghi-ve-luat-nhan-qua-duoi-lang-kinh-y-hoc-169173630.htm

khổ, già là khổ, bệnh là khổ, chết là khổ, sầu, bi, khổ, ưu, não là khổ, oán gặp nhau là khổ, ái biệt ly là khổ, cầu không được là khổ. Tóm lại, năm thủ uẩn là khổ."[109]

Con người phải chịu đựng sự già lão, chịu đựng sự bệnh tật đau đớn và chịu đựng sự chết tan rã là những phần không thể phủ nhận của cuộc sống con người. Đại dịch là thời điểm để thấy rõ điều này và phải vững chải giữa phong ba sóng gió của bệnh tật, tử vong, xa người thân thương và xả bỏ thân ái ngã này. Cho nên, về mặt khác, thâm sâu vào bản thể thì Corona Virus lại chính là vị thiên sứ, vị thiện tri thức (bạn giác ngộ) đến cõi ta bà này để thử thách, cảnh tỉnh con người, nhắc nhở chúng ta về bản chất thật của cuộc đời. Đó là chân lý ngàn năm mà Đức Phật đã khám phá và giác ngộ dưới cội cây bồ đề, Bihar, Ấn Độ.

Mang hạnh phúc và chấm dứt khổ đau của con người là mục tiêu đầu tiên của Đạo Phật. Phật giáo đến gần trái tim của nhiều người bởi lẽ pháp Phật, đặc biệt thiền định đã đóng một vai trò quan trọng giúp chữa lành, vượt qua những nỗi khổ niềm đau trong tâm lý và thân xác. Pháp Phật giúp cải thiện trí nhớ, giảm căng thẳng (stress), lo lắng, nâng cao sáng tạo, vượt qua nỗi sợ hãi về ranh giới mong manh giữa sự sống và cái chết của Coronavirus, làm chủ và kềm chế các cảm xúc tiêu cực tham, sân, si.

Bệnh dịch Covid-19 đã cho chúng ta thấy chân lý Khổ, nguyên nhân của Khổ, kết quả của Khổ Diệt và phương

---

109. Chương 56: Tương Ưng Sự Thật. II: Phẩm Chuyển Pháp Luân. 56.11. Như Lai Thuyết (1) Kinh Như Lai Thuyết, phẩm Chuyển Pháp Luân

Thích Minh Châu dịch (2015), Kinh Tương Ưng Bộ, II, Nxb. Tôn Giáo, Hà Nội, tr. 783.

https://suttacentral.net/sn56.11/vi/minh_chau?lang=en&reference=none&highlight=false

pháp chuyển hóa Khổ của Đức Phật,[110] thật hữu ích, phù hợp, thiết thực trong cuộc đời đầy đại dịch này.

Vâng, chúng ta đã có được sự trải nghiệm quán chiếu bản chất thực tại của lý Tứ Đế qua Covid-19. Chúng ta được suy nghiệm về bài học nghiệp lực chuyển hóa, nhân quả hiện tiền, khiến cuộc sống của mình chín chắn hơn, ý nghĩa hơn, cho nên rất cám ơn bạn Cô Vy (Covid-19).

Trong hai năm hứng chịu đại dịch đã xảy ra biết bao cảnh tang thương của đầu bạc khóc đầu xanh, biết bao sự chia ly cô độc không được nhìn mặt người thân. Nhiều người vừa mới nói chuyện ít ngày trước, sau đó đã vĩnh viễn rời xa. Nhiều lúc trong bệnh viện, trong chùa, bãi hỏa thiêu, nhà xác, … nhìn nhau thấy ai cũng khóc cho nỗi bi thương "sanh tử biệt ly" của bóng ma đại dịch đang ám lấy toàn hành tinh này. Bao nhiêu hoàn cảnh, bao nhiêu cảnh đời chia ly của số phận con người không thể chống lại sức

---

110. Lý Tứ Đế: Khổ, Khổ tập, Khổ Diệt và Khổ Diệt Đạo.
Tứ diệu đế là Hán dịch từ chữ Phạn Catvary Aryasatyani. Arya là Diệu, cao quý, mầu nhiệm; Satya là Đế, là sự thật, là chân lý. Tứ diệu đế còn được gọi là Tứ chân đế, Tứ thánh đế, Bốn chân lý mầu nhiệm.

1- Khổ đế (Dukkha): là thực trạng đau khổ của con người.

2- Tập đế (Samudaya): là nguồn gốc hay nguyên nhân dẫn đến thực trạng đau khổ.

3- Diệt đế (Nirodha): là sự kết thúc hay sự chấm dứt khổ đau.

4- Đạo đế (Magga): là con đường hay phương pháp thực hành dẫn đến chấm dứt khổ đau.

Giáo lý Tứ diệu đế được nói đến trong các kinh: Đế phân biệt tâm kinh (Trung Bộ III), kinh Phân biệt thánh đế (Trung A Hàm), kinh Chuyển pháp luân (Tương Ưng & Tạp A Hàm), và rải rác trong kinh tạng Pàli cũng như Hán tạng.
Ban Hoằng pháp Trung ương Giáo Hội Phật Giáo Việt Nam
Phật Học Cơ Bản, Chương trình Phật học Hàm thụ (1998-2002), Nhà xuất bản Thành Phố Hồ Chí Minh
https://thuvienhoasen.org/a11636/bai-1-bon-chan-ly-tu-dieu-de

mạnh của thiên nhiên. Xin chia buồn cùng các nạn nhân và thân quyến.

Tuy nhiên, giữa những vô thường mất mát đau thương ấy, đã nổi lên những đóa hoa tâm dung dị cao cả luôn rực sáng giữa cuộc đời bão tố. Đó là những tấm gương hy sinh thầm lặng của lực lượng tuyến đầu chống dịch, biết bao ngày đêm chiến đấu, duy trì cuộc sống cho người dân của đội ngũ thầy thuốc, các thiên thần áo trắng y bác sĩ, cán bộ chiến sĩ công an, cảnh sát, quân đội, tình nguyện viên… trong bộ đồ bảo hộ ngột ngạt, ngày đêm miệt mài, dốc hết sức lực, quên đi sức khoẻ của bản thân mình, gác lại hạnh phúc riêng tư để lao vào tâm dịch phục vụ tại bệnh viện điều trị Covid-19, các khu cách ly, bệnh viện dã chiến, khu phong tỏa, chốt kiểm soát dịch với quyết tâm níu kéo sự sống, giành giựt sự sống cho từng bệnh nhân từ con Coronavirus vô hình. Ôi! Những tấm lòng yêu nước thương dân, thể hiện tấm lòng từ bi của người con Phật!

Chư tôn đức Tăng Ni, Phật tử đã lan tỏa tình yêu thương qua các phương pháp tọa thiền, tụng kinh, cầu nguyện, từ thiện, chia sẻ nhu yếu phẩm, phương tiện y tế, tịnh tài, tấm lòng cho những nạn nhân trong thời kỳ khủng hoảng đại dịch Covid-19.

Các nhà khoa học đã sáng chế các loại vắc-xin viêm phổi để cứu bảy tỷ người trên hành tinh, các cánh tay thiện nguyện đùm bọc, đóng góp sức người, của cải, từ xe cứu thương, thuốc men cứu bệnh, thực phẩm giúp đói nghèo, bếp ăn miễn phí, bình không khí Oxy, cây gạo ATM, quan tài 0 đồng… nồng ấm tình người đến với mọi người dân. Ôi! Niềm vui thiện hạnh lan tỏa tình đoàn kết! Quên mình vì người khác, đặt lợi ích của người khác lên bản thân mình, mở rộng tình thương đến những bệnh nhân và thân quyền của họ, giúp đỡ cộng đồng, chia sẻ gánh nặng với người khác.

Vâng, đại dịch Corona Virus và mọi thứ đã qua đi, chỉ có thông điệp tình thương, tâm vô úy, hạnh từ bi và tình người tỏa nắng là ở lại. Chỉ có những bài học đáng quý về đạo lý tình người, tình yêu thương nhân loại, luôn là điểm son quý báu, là thước đo đạo đức khiến cuộc sống của chúng ta có giá trị và ý nghĩa hơn.

Xin cúi đầu kính ngưỡng tôn vinh những tấm lòng cao thượng nhân văn ấy.

Nếu cuộc sống chỉ có được một lần
Hãy nâng niu những gì mình đang có
Và mỗi ngày xin đừng quên bạn nhé
Hãy nói lời: "Xin cảm ơn cuộc đời."

(Bài hát Cám Ơn Cuộc Đời - Nhạc sĩ Xuân Phương)[111]

Đầu xuân Cali 2025,

Nay kính,

Thích Nữ Giới Hương

111. Bài hát Cám Ơn Cuộc Đời. Nhạc sĩ Xuân Phương. https://www.nhaccuatui.com/bai-hat/cam-on-cuoc-doi-nguyen-phi-hung.b12tpJRx8z.html

NGUỒN THAM KHẢO

- Kinh Phật Thuyết Đại Thừa Vô Lượng Thọ Trang Nghiêm Thanh Tịnh Bình Đẳng Giác, Nguyên Hán bản: Ngài Hạ Liên Cư (hội tập), Việt dịch: HT. Thích Đức Niệm & Cư sĩ Minh Chánh, Nhà Xuất Bản Tôn Giáo. Hà Nội, PL. 2553, DL.2009.
- Kinh Thủ Lăng Nghiêm, Hán dịch: Bát Thích Mật Đế, Việt Dịch: Cư Sĩ Tâm Minh Lê Đình Thám, Phật Học Viện quốc Tế Xuất Bản PL 2527 – 1983, Nhà xuất bản Tôn Giáo Hà Nội, 2000, tr. 292-3.
- Kinh Đại Phương Quảng Phật Hoa Nghiêm, 22. Phẩm Vô Tận Tạng.

  https://quangduc.com/a76113/phap-ngu-kinh-hoa-nghiem-tap-1-

  https://thuvienhoasen.org/a40140/tinh-hoa-kinh-hoa-nghiem-thich-nu-gioi-huong
- Tăng Chi Bộ (Anguttaranikàya), Đại Tạng Kinh Việt Nam, Tăng Chi Bộ II, chương 5, phẩm Kimbila, phần Nghe pháp, VNCPHVN ấn hành, 1996.
- Trung Bộ Kinh (Majjhima Nikaya).tập 1, 2, 3. Dịch Việt: Hòa thượng Thích Minh Châu.

  https://www.budsas.org/uni/u-kinh-trungbo/trung135.htm
- Kinh Tương ưng bộ, 55.21. Việt dịch: Hòa thượng Thích Minh Châu.

  https://suttacentral.net/sn55.21/vi/minh_chau

- Kinh Tăng Nhất A Hàm. Hán Dịch: Tam tạng Cù-đàm Tăng-già-đề-bà. Việt dịch: Thích Đức Thắng - Hiệu đính & Chú thích: Tuệ Sỹ.

  https://thuvienhoasen.org/a11264/mot-phap
- Trung A-hàm, Kinh Anh vũ, 170; Trung bộ, kinh Tiểu nghiệp phân biệt, 135.

  https://www.phatgiaobinhdinh.vn/mPost/872/can-hieu-dung-ve-nhan-qua-nghiep-bao
- Kinh Pháp Cú, Việt dịch: Hòa Thượng Thích Minh Châu.

  https://www.buddhismtoday.com/viet/kinh/pali/phapcu1.htm
- Tích truyện Pháp Cú, kệ 277, 278, 279, Thiền viện Viên Chiếu, Nguyên tác: "Buddhist Legends", Eugene Watson Burlingame

  https://www.budsas.org/uni/u-kinh-phapcu-ev/ttpc20.htm
- Kinh Pháp Cú, 9: Phẩm Ác, dịch Việt: Hòa thượng Minh Châu. Ảnh: Họa sĩ: Mr. P. Wickramanayaka
- Bản chuyển dịch thơ của Tâm Minh Ngô Tằng Giao ở cuối bài.

  https://loiphatday.org/kinh-phap-cu-09-pham-ac/
- Trưởng Lão Tăng Kệ, Xá Lợi Phất, Bản Việt dịch của Thầy Indacanda.

  https://suttacentral.net/thag17.2/vi/indacanda
- Nghi Thức Cầu An Kinh Dược Sư, Thích Nữ Giới Hương biên soạn, Nhà xuất bản Hồng Đức

  https://www.huongsentemple.com/index.php/vn/phat-phap/nghi-le/8560-duoc-su-kinh

- Từ Bi Thủy Sám Pháp, Việt dịch: Thích Huyền Dung, Nxb Tôn Giáo.

  https://daibaothapmandalataythien.org/tu-bi-thuy-sam-phap-viet-dich-ht-thich-huyen-dung

- Pakiṇṇakaparitta – Kinh Tụng Sau Cùng Các Kinh Cầu An.

  https://theravada.vn/

- Hòa thượng T Trí Quảng, "Không Lo Sợ, Bình Tĩnh Để Vượt Qua Khó Khăn"

  https://giacngo.vn/khong-lo-so-binh-tinh-de-vuot-qua-kho-khan-post58175.html

- Tenzin Gyatso, Đức Đạt Lai Lạt Ma thứ 14, "Cầu nguyện thôi chưa đủ. Chúng ta cần chiến đấu với vi rút corona với lòng Từ Bi.

  https://vn.dalailama.com/news

- Tứ Niệm Xứ, Sư bà Hải Triều Âm giải nghĩa.

  https://daibaothapmandalataythien.org/kinh-tu-niem-xu-tkn-hai-trieu-am

- Tâm Thái, Lục tổ Huệ Năng - Pháp môn Vô Niệm.

  https://www.buddhismtoday.com/viet/phatphap/phapmon_vo_niem.htm

- Kinh Duy Ma Cật. Dịch giả cẩn chí Thích Huệ Hưng.

  https://www.matthuongnhindoi.org/index.php/phap-am/ii-kinh-van-phat-trien/kinh-duy-ma-cat

- Niệm Phật được 10 điều lợi ích, Dật Nhân pháp sư biên thuật, Ấn Quang pháp sư giám định.

- Chuyển ngữ: Như Hòa - Trích "Trùng Đính Tây Phương Công Cứ"

  https://www.chuahoangphap.com.vn/tin-tuc/chi-tiet-niem-phat-duoc-10-dieu-loi-ich-122/

- Nghi Thức Cầu An Kinh Phổ Môn, Thích Nữ Giới Hương biên soạn, NXB Hồng Đức, 2022.

  https://www.huongsentemple.com/index.php/vn/phat-phap/nghi-la-ha-ng-nga-y/6313-i-2-kinh-pho-mon

- Tuyển Tập 42 Câu Chú Mật Tông (Kim Cang Thừa)

  https://www.facebook.com/PhapKhiMatTong.

- Hương Đức, Linh ứng liên tiếp nhờ trì tụng và hướng dẫn mọi người trì chú Đại Bi.

- https://phatgiao.org.vn/linh-ung-lien-tiep-nho-tri-tung-va-huong-dan-moi-nguoi-tri-chu-dai-bi-d84465.html

- Thông điệp của Đức Tenzin Gyatso, Đạt-lai-lạt-ma thứ 14, về Covid-19.

  https://thuvienhoasen.org/a33678/thu-cua-duc-dat-lai-lat-ma-ve-dai-dich-coronavirus

- Kể Chuyện Vãng Sanh, Hòa Thượng Thích Tịnh Không | Dịch Giả :Cư Sĩ Như Hòa

  https://www.adidaphat.net/khaithi/4871/Ke-Chuyen-Vang-Sanh

- Thích Nữ Giới Hương, Tinh Hoa Kinh Hoa Nghiêm. Giới thiệu: Hòa thượng T Như Minh.

  https://www.huongsentemple.com/index.php/vn/kinh-sach/tu-sach-bao-anh-lac/8313-75-hoa-tinh

- Khóa Tịnh Độ – Kinh A Di Đà, Thích Nữ Giới Hương

biên soạn, NXB Hồng Đức, 2022.

https://www.huongsentemple.com/index.php/vn/phat-phap/kinh-ta-ng-ca-a-cha-a-hs/6211-6-kinh-a-di-da-20

- Nguyên giác, Từ Huyền Thoại tới Tâm Kinh, Nhà Xuất Bản Ananda Viet Foundation, 2021.

  https://thuvienhoasen.org/a35895/7-ngua-hoanh-tu-tang-tho-niem-tu

- Nguyên Giác, Kinh cho Người Bệnh Nặng và Cận Tử.

  https://thuvienhoasen.org/a36252/kinh-cho-nguoi-benh-nang-va-can-tu

- Chúc Phú, Khảo Biện về Kinh Dược Sư.

  https://giacngo.vn/khao-bien-ve-kinh-duoc-su-post38425.html

- Thích nữ Giới Hương, Vòng Luân Hồi, NXB Hồng Đức 2008.

  https://www.huongsentemple.com/index.php/vn/kinh-sach/tu-sach-bao-anh-lac/1900-vong-luan-hoi-thich-nu-gioi-huong

- Truyền Bình, Hiểu rõ về Đại dịch Covid-19 và Cách Đối Trị.

  https://thuvienhoasen.org/a36944/hieu-ro-ve-dai-dich-covid-19-va-cach-doi-tri

- Phật Giáo & Cơn Đại Dịch Coronavirus

  (Tuyển tập nhiều bài viết về Đại Dịch Covid 19)

  https://thuvienhoasen.org/a33700/phat-giao-va-con-dai-dich-coronavirus

- Thích Trung Định, Sáu Tùy Niệm.

https://thuvienhoasen.org/a30841/sau-tuy-niem

- Thiện Quả Đào Văn Bình, Hy Sinh Người Già Để Cứu Vãn Kinh Tế, California, 25/03/2020.

  https://thuvienhoasen.org/a33639/hy-sinh-nguoi-gia-de-cuu-van-kinh-te-

- Tư duy lời Phật dạy nhân mùa dịch

  https://thuvienhoasen.org/a33622/tu-duy-loi-phat-day-nhan-mua-dich

- Pháp Ngữ Kinh Kim Cang, Thích Nữ Giới Hương, NXB Hồng Đức, 2018.

- Thích Đồng Trí, Sử dụng thời gian ở yên - cách ly tránh dịch bệnh corona hiệu quả nhất.

  https://thuvienhoasen.org/a33726/su-dung-thoi-gian-o-yen-cach-ly-tranh-dich-benh-corona-hieu-qua-nhat

- Chúc Phú, Độ Người Hấp Hối Theo Kinh Tạng Nikāya.

  https://thuvienhoasen.org/a25033/do-nguoi-hap-hoi-theo-kinh-tang-nik-ya

- Những Mùa An Cư Đáng Nhớ Trong Cuộc Đời Đức Phật

  https://daibaothapmandalataythien.org/nhung-mua-cu-dang-nho-trong-cuoc-doi-duc-phat

- Kim Út, Các tôn giáo chung tay chống dịch.

  https://tuoitre.vn/cac-ton-giao-chung-tay-chong-dich-20210828150111496.htm

- Đáp ứng của Phật Giáo trước Đại Dịch Covid-19 từ gốc độ lịch sử (Buddhist Responses to the Covid-19 Pandemic in Historical Perspective), Nguyên Tác : C. Pierce Salguero. Việt dịch: Trần Như Mai https://quangduc.com/a71642/dap-ung-cua-phat-giao-truoc-dai-dich-covid-19-tu-goc-do-lich-su-buddhist-responses-to-the-covid-19-pandemic-in-historical-perspe

- Liên minh Phật giáo Hoa Kỳ tích cực chống dịch Covid-19. Việt dịch: Trần Trọng Hiếu

  (Theo The Interfaith Center of New York) lien minh HK.jpg

  https://giacngo.vn/lien-minh-phat-giao-hoa-ky-tich-cuc-chong-dich-covid-19-post52333.html

- Góc Nhìn Phật Giáo Về Khủng Hoảng Covid-19, Giáo sư Tavivat Puntarigvivat. Thích Vân Phong dịch Việt.

  https://thuvienhoasen.org/a36909/goc-nhin-phat-giao-ve-khung-hoang-covid-19-tavivat-puntarigvivat-thich-van-phong-dich-viet

- C. Pierce Salguero, Việt dịch: Trần Như Mai, Đáp ứng của Phật Giáo

- Trước đại dịch covid-19 Từ góc độ lịch sử (Buddhist Responses to the Covid-19 Pandemic in Historical Perspective)

  https://www.buddhistdoor.net/features/buddhist-responses-to-the-covid-19-pandemic-in-historical-perspective

  https://thuvienhoasen.org/a36487/dap-ung-cua-phat-giao-truoc-dai-dich-covid-19-tu-goc-do-lich-su

- Xuân Khu, Giáo hội Phật giáo Việt Nam trao tặng thiết bị y tế hỗ trợ Ấn Độ phòng, chống dịch COVID-19.

  https://baotintuc.vn/thoi-su/giao-hoi-phat-giao-viet-nam-trao-tang-thiet-bi-y-te-ho-tro-an-do-phongchong-dich-covid19-20210518133542303.htm

- Giáo hội Phật giáo Việt Nam ủng hộ hơn 300 tỉ đồng chống dịch

  https://dangcongsan.vn/tu-tuong-van-hoa/giao-hoi-phat-giao-viet-nam-ung-ho-hon-300-ti-dong-chong-dich-590855.html

- Khánh Linh, COVID-19 ra sao sau 3 năm WHO tuyên bố đại dịch?

  https://dangcongsan.vn/tieu-diem/covid-19-ra-sao-sau-3-nam-who-tuyen-bo-dai-dich-636336.html

- PGS.TS. Đinh Xuân Lý, Đại dịch Covid-19: Những thách thức chính trị đối với thế giới.

  https://sps.ussh.vnu.edu.vn/vi/nghien-cuu-khoa-hoc/tac-gia-tac-pham/bai-viet-dai-dich-covid-19-nhung-thach-thuc-chinh-tri-do

- Nữ Tu và Tù Nhân Hoa Kỳ, Thích Nữ Giới Hương, tái bản lần thứ 6, NXB Hồng Đức, 2020.

  https://www.dieungu.org/a40179/nu-tu-va-tu-nhan-hoa-ky

- C. Pierce Salguero, Việt dịch: Trần Như Mai, Đáp ứng của Phật Giáo

- Trước đại dịch covid-19 Từ góc độ lịch sử

  (Buddhist Responses to the Covid-19 Pandemic in Historical Perspective)

  https://www.buddhistdoor.net/features/buddhist-responses-to-the-covid-19-pandemic-in-historical-perspective

  https://thuvienhoasen.org/a36487/dap-ung-cua-phat-giao-truoc-dai-dich-covid-19-tu-goc-do-lich-su

- Tỉnh thức Đối diện với Bệnh tật và Cái chết. Tỳ-khưu Anālayo - Nguyên tác: Anālayo, Bhikkhu. Mindfully Facing Disease and Death, Compassionate Advice from Early Buddhist Texts, Cambridge: Windhorse, 2016.
- Bác Sĩ Phạm Đức Thành Dũng trong bài viết "Đối Trị Corona: Bình Tâm Chữa Khi Chưa Bệnh"

  https://quangduc.com/a71755/doi-tri-corona-binh-tam-chua-khi-chua-benh
- Benjamin Schonthal & Tilak Jayatilake, Tôn giáo giữa đại dịch: Trường hợp Phật giáo, Nguyên Hiệp dịch.

  https://giacngo.vn/ton-giao-giua-dai-dich-truong-hop-phat-giao-post59507.html
- Hương Đạo trong Đời 2022, Thi viết Phật Pháp Ứng Dụng, Thích Nữ Giới Hương tuyển tập.2022.
- https://huongsentemple.com/index.php/vn/kinh-sach/tu-sach-bao-anh-lac/huong-dao-trong-doi-2022

TỰ ĐIỂN

- Tự Điển Phật Học Hán Việt (Dictionary of Vietnamese-Chinese Buddhist Terms) Phân viện Phật học xuất bản, Việt Nam: Hà Nội, 1992.
- Tuyển Tập Tự điển Từ ngữ Phật học Thường Dùng, Minh Thông, 1-2002 trong Website: buddhismtoday.com
-

CẬP NHẬT HÀNG GIỜ THÔNG TIN COVID-19

https://www.newsbreak.com/topics/coronavirus

https://www.worldometers.info/coronavirus/country/us/

- Distribution of coronavirus (COVID-19) cases in select countries worldwide as of December 22, 2022

https://www.statista.com/statistics/1111696/covid19-cases-percentage-by-country/

- Coronavirus Tracker. Report coronavirus cases.

https://www.worldometers.info/coronavirus/country/us/

TỦ SÁCH BẢO ANH LẠC

do Ni Sư Tiến Sĩ T.N. Giới Hương biên soạn

1. *Boddhisattva and Sunyata in the Early and Developed Buddhist Traditions,* Bhikṣuṇī Gioi Huong, Delhi-7: Eastern Book Linkers, 1st print 2004. Tái bản 2nd reprint 2005 & Vietnam Buddhist University: HCM City: 3rd reprint.
2. *Bồ-tát và Tánh Không Trong Kinh Tạng Pali và* Đại *Thừa*, Thích Nữ Giới Hương, Delhi-7: Tủ Sách Bảo Anh Lạc, 2005. Tái bản lần 2 & 3, NXB Tổng Hợp Tp HCM, 2008 & 2010.
3. *Ban Mai Xứ Ấn* (3 tập) – *Tuyển tập các Tiểu Luận Phật Giáo*, Thích Nữ Giới Hương, Delhi-7: 2005 và 2006. Nhà Xuất Bản Văn Hóa Sài Gòn, 2008.
4. *Sārnātha - Vườn Nai – Chiếc Nôi Phật Giáo*, Thích Nữ Giới Hương, Delhi-7: 2005 và 2006. NXB Phương Đông, 2008 & 2010.
5. *Xá Lợi Của Đức Phật*, Tham Weng Yew, Thích Nữ Giới Hương chuyển ngữ, Delhi-7: 2005 và 2006. Tái bản lần 3, NXB Tổng Hợp Tp HCM, 2008.
6. *Quy Y Tam Bảo và Năm Giới*, Thích Nữ Giới Hương, Wisconsin, USA, 2008. Tái bản NXB Hồng Đức, năm 2010 & 2016.
7. *Vòng Luân Hồi*, Thích Nữ Giới Hương, NXB Phương

Đông, 2008, 2010, 2014 và lần thứ 4, 2016.

8. *Hoa Tuyết Milwaukee,* Thích Nữ Giới Hương, NXB Văn Hoá Sài gòn, 2008.

9. *Luân Hồi trong Lăng Kính Lăng Nghiêm,* Thích Nữ Giới Hương, NXB Văn Hóa Sài gòn, 2008, 2012, 2014 và lần thứ 4, 2016.

10. *Quan* Âm *Quảng Trần*, Thích Nữ Giới Hương, NXB Tổng Hợp, 2010, 2012, 2014 và lần thứ 4, 2016. NXB Hồng Đức, 2018.

11. *Sen Nở Nơi Chốn Tử Tù,* nhiều tác giả, Thích Nữ Giới Hương chuyển ngữ, NXB Văn Hóa Sài gòn, 2010, 2012 và 2014.

12. *Nữ Tu và Tù Nhân Hoa Kỳ,* (2 tập), Thích Nữ Giới Hương, NXB Văn Hóa Sài gòn, 2010, 2011, 2014 và lần thứ 4, 2016. NXB Hồng Đức, 2018.

13. *Nếp Sống Tỉnh Thức của Đức Đạt Lai Lạt Ma Thứ XIV:* (2 tập), Thích Nữ Giới Hương, NXB Hồng Đức, năm 2012, 2014, và 2016.

14. *A-Hàm: Mưa pháp chuyển hóa phiền não*, (2 tập), Thích Nữ Giới Hương, NXB Hồng Đức, năm 2012, 2014, và lần thứ 3, 2016.

15. *Góp Từng Hạt Nắng Perris*, Thích Nữ Giới Hương, NXB Hồng Đức, 2014.

16. *Pháp Ngữ của Kinh Kim Cang*, Thích Nữ Giới Hương, NXB Hồng Đức, 2014. Tái bản lần thứ 2 & 3: 2015 & 2016.

17. *Tập Thơ Nhạc Nắng Lăng Nghiêm*, Thích Nữ Giới Hương, NXB Hồng Đức, 2014.

18. *Rebirth Views in the* Śūraṅgama *Sūtra,* Dr. Bhikṣuṇī

TN Giới Hương, Fifth Edition, NXB Hồng Đức, 2018.

19. *Commentary of Avalokiteśvara Bodhisattva,* Dr. Bhikṣuṇī TN Giới Hương, Fourth Edition, NXB Hồng Đức, 2018.

20. *Nét* Bút *Bên Song Cửa,* Thích Nữ Giới Hương, NXB Hồng Đức, 2018.

21. *Danh Ngôn Nuôi Dưỡng Nhân Cách - Good Words Nurture a Good Manner,* Thích Nữ Giới Hương sưu tầm, NXB Hồng Đức, 2020.

22. *Hương Sen, Thơ và Nhạc -Lotus Fragrance, Poem and Music* (Song ngữ Anh-Việt), Nguyễn Hiền Đức. Chuyển Anh Ngữ: Thích Nữ Giới Hương, NXB Hồng Đức, 2020.

23. *Cách Chuẩn Bị Chết và Giúp Người Sắp Chết-Quan* Điểm *Phật Giáo* (*Preparing for Death and Helping the Dying – A Buddhist Perspective*), Sangye Khadro, Chuyển Việt Ngữ: Thích Nữ Giới Hương, tái bản lần 5, NXB Hồng Đức, 2024.

24. *The Key Words in Vajracchedikā Sūtra*, Thích Nữ Giới Hương, NXB Hồng Đức Publishing, 2020.

25. 32.*Văn Hóa* Đặc *Sắc của Nước Nhật Bản-Exploring the Unique Culture of Japan* (Song ngữ Anh-Việt), Thích Nữ Giới Hương, NXB Hồng Đức, 2020.

26. *Take Refuge in the Three Gems and Keep the Five Precepts,* Thích Nữ Giới Hương, Hồng Đức Publishing, 2020.

27. *Sống An Lạc dù* Đời *không* Đẹp *như Mơ-Live Peacefully though Life is not Beautiful as a Dream* (Song ngữ Anh-Việt), Thích Nữ Giới Hương, NXB

Hồng Đức, 2020.

28. *Sārnātha —The Cradle of Buddhism from an Archeological Perspective,* Thích Nữ Giới Hương, Hồng Đức Publishing, 2020.

29. *Hãy* Nói *Lời Yêu Thương-Words of Love and Understanding* (Song ngữ Anh-Việt), Thích Nữ Giới Hương, Hồng Đức Publishing, 2020.

30. *Văn Hóa Cổ Kim qua Hành* Hương *Chiêm* Bái -The Ancient- Present Culture in Pilgrim (Song ngữ Anh-Việt), Thích Nữ Giới Hương, NXB Hồng Đức, 2020

31. *Cycle of Life*, Thích Nữ Giới Hương, NXB Hồng Đức, 2020.

32. *Nghệ Thuật Biết Sống-Art of Living* (Song ngữ Anh-Việt), Thích Nữ Giới Hương, Hồng Đức Publishing, 2020.

33. *Ni Giới Việt Nam Hoằng Pháp tại Hoa Kỳ*, Thích Nữ Giới Hương, Hồng Đức Publishing, 2020.

34. *Sharing the Dharma -Vietnamese Buddhist Nuns in the United States*, Thích Nữ Giới Hương, Hồng Đức Publishing, 2020.

35. *Tập Thơ Nhạc Lối Về Sen Nở,* Thích Nữ Giới Hương, NXB Hồng Đức, 2020.

36. *Hương* Đạo *Trong* Đời *2022* (Tuyển tập 60 Bài Thi trong Cuộc Thi Viết Văn Ứng Dụng Phật Pháp 2022 - A Collection of Writings on the Practicing of Buddhism in Daily Life in the Writing Contest 2022), Thích Nữ Giới Hương biên soạn, NXB Hồng Đức, 2022.

37. *Hương Pháp 2022 (*Tuyển Tập Các Bài Thi Trúng Giải Cuộc Thi Viết Văn Ứng Dụng Phật Pháp 2022 - A

Collection of the Winning Writings on the Practicing of Buddhism in Daily Life in the Writing Contest 2022) Thích Nữ Giới Hương biên soạn, NXB Hồng Đức, 2022.

38. *The Ceremony for Peace,* Bhikṣuṇī Thích Nữ Giới Hương composed, NXB Hồng Đức, 2023.

39. *The Lunch Offering Ritual,* Bhikṣuṇī Thích Nữ Giới Hương composed, NXB Hồng Đức, 2023.

40. *The Ritual Offering Food to Hungry Ghosts,* Bhikṣuṇī Thích Nữ Giới Hương composed, NXB Hồng Đức, 2023.

41. *The Pureland Course of Amitabha Sutra,* Bhikṣuṇī Thích Nữ Giới Hương composed, NXB Hồng Đức, 2023.

42. *The Medicine Buddha Sutra,* Bhikṣuṇī Thích Nữ Giới Hương composed, NXB Hồng Đức, 2023.

43. *The New Year Ceremony*, Bhikṣuṇī Thích Nữ Giới Hương composed, NXB Hồng Đức, 2023.

44. *The Great Parinirvana Day,* Bhikṣuṇī Thích Nữ Giới Hương composed, NXB Hồng Đức, 2023.

45. *The Buddha's Birthday Ceremony*, Bhikṣuṇī Thích Nữ Giới Hương composed, NXB Hồng Đức, 2023.

46. *The Ullambana Festival (Parents' Day),* Bhikṣuṇī Thích Nữ Giới Hương composed, NXB Hồng Đức, 2023.

47. *The Marriage Ceremony*, Bhikṣuṇī Thích Nữ Giới Hương composed, NXB Hồng Đức, 2023.

48. *The Blessing Ceremony for The Deceased*, Bhikṣuṇī Thích Nữ Giới Hương composed, NXB Hồng Đức, 2023.

49. *The Ceremony of Praising Ancestral Masters*, Bhikṣuṇī Thích Nữ Giới Hương composed. Hương Sen Publisher. 2023.

50. *The Enlightened Buddha Ceremony*, Bhikṣuṇī Thích Nữ Giới Hương composed, NXB Hồng Đức, 2023.

51. *The Uposatha Ceremony (Reciting Precepts*), Bhikṣuṇī Thích Nữ Giới Hương composed, NXB Hồng Đức, 2023.

52. *Giới* Hương - *Thơm Ngược Gió Ngàn,* Nguyên Hà, NXB Tôn Giáo. 2023.

53. *Pháp Ngữ Kinh Hoa Nghiêm* (2 tập). Thích Nữ Giới Hương, NXB Tôn Giáo, 2023.

54. *Tinh Hoa Kinh Hoa Nghiêm*. Thích Nữ Giới Hương, NXB Tôn Giáo, 2023.

55. *Buddhism: A Historical And Practical Vision,* Edited by Ven. Dr. Thich Hanh Chanh and Ven. Dr. Bhikṣuṇī TN Gioi Huong, Tôn Giáo Publishing, 2023.

56. *Phật Giáo – Tầm Nhìn Lịch Sử Và Thực Hành,* Hiệu đính: Thích Hạnh Chánh và Thích Nữ Giới Hương, NXB Tôn Giáo, 2023.

57. *Contribution of Buddhism For World Peace & Social Harmony*. Buddhist Studies Seminar in Kolkata, India. Edited by Ven. Dr. Buddha Priya Mahathero and Ven. Dr. Bhikṣuṇī TN Gioi Huong, Tôn Giáo Publishing, 2023.

58. *Global Spread of Buddhism with Special Reference to Sri Lanka*. Buddhist Studies Seminar in Kandy University. Edited by Dr. Ven. Kahawatte Siri Sumedha Thero and Dr. Bhikṣuṇī TN Gioi Huong, Tôn Giáo

Publishing, 2023.

59. *Buddhism In Sri Lanka During The Period of 19th to 21st Centuries*. Buddhist Studies Seminar in Colombo. Edited by Prof. Ven. Medagama Nandawansa and Dr. Bhikṣuṇī TN Gioi Huong, Tôn Giáo Publishing, 2023.

60. *Nhật ký Hành Thiền Vipassana và Kinh Tứ Niệm Xứ* - Thích Nữ Giới Hương, NXB Tôn Giáo, 2024.

61. *Diary: Practicing Vipassana and the Four Foundations of Mindfulness Sutta*. Thích Nữ Giới Hương, Tôn Giáo Publishing, 2024.

62. *Dharamshala - Hành* Hương *Vùng* Đất *Thiêng, Ấn* Độ, *Dharamshala - Pilgrimage to the Sacred Land, India. Thích Nữ Giới* Hương, Tôn Giáo Publishing, 2024.

63. *Nghi cúng Thánh Tổ Kiều* Đàm *Di,* Thích Nữ Giới Hương biên soạn, NXB Tôn Giáo, 2024.

64. *Kỷ Yếu Lễ Tưởng Niệm Thánh Tổ Kiều* Đàm *Di tại Chùa* Hương Sen *năm 2024,* Thích Nữ Giới Hương biên soạn, NXB Tôn Giáo, 2024.

65. *Phật Giáo và Thánh Tích Sri Lanka*, Thích Nữ Giới Hương, NXB Tôn Giáo, 2024.

66. Đấu Tranh Bất Bạo Động Là Nền Tảng Xây Dựng Hòa Bình Toàn Cầu (Bài thuyết trình cho Hội Nghị Thượng đỉnh về các Vấn đề Nhân đạo, An ninh Y tế và Hòa bình Toàn cầu ngày 26-31 tháng 8 năm 2024 tại Missouri, Hoa Kỳ), Thích Nữ Giới Hương, NXB Tôn Giáo, 2024.

67. *Nonviolent Struggle - The Foundation for Building Global Peace* (Presentation at the Humanitarian Affairs Health Security and Global Peace Summit

August 26-31, 2024, Missouri, USA). Dr. Bhikṣuṇī TN Gioi Huong, Ton Giao Publishing, 2024.

68. COVID-19: Vai trò Phật Giáo trong Việc Chữa Lành, Thích Nữ Giới Hương, NXB Hồng Đức, 2025.

ĐĨA CA NHẠC PHẬT GIÁO CHÙA HƯƠNG SEN

1. Đào Xuân Lộng Ý Kinh, Thơ: Thích Nữ Giới Hương, Nhạc: Nam Hưng, Album 1, năm 2013.

2. Niềm Tin Tam Bảo, Thơ: Thích Nữ Giới Hương, Nhạc: Hoàng Y Vũ & Hoàng Quang Huế, Album 2, năm 2013.

3. Trăng Tròn Nghìn Năm Đón Chờ Ai, Thơ: Thích Nữ Giới Hương, Nhạc: Võ Tá Hân, Hoàng Y Vũ, Khánh Hải, Khánh Hoàng, Hoàng Kim Anh, Linh Phương và Nguyễn Tuấn, Album 3, năm 2013.

4. Ánh Trăng Phật Pháp, Thơ: Thích Nữ Giới Hương, Nhạc: Uy Thi Ca & Giác An, Album 4, năm 2013.

5. Bình Minh Tỉnh Thức (*Piano Variations for Meditation*), Thơ: Thích Nữ Giới Hương, Độc Tấu Dương Cầm và Hòa Tấu: Nữ Nhạc Sĩ Linh Phương, Album 5, năm 2013.

6. Tiếng Hát Già Lam, Thơ: Thích Nữ Giới Hương, Nhạc: Nam Hưng, Album 6, năm 2015.

7. Cảnh Đẹp Chùa Xưa, Nhạc: Hoàng Quang Huế, Hoàng Y Vũ, Võ Tá Hân & Khánh Hải, Album 7, năm 2015.

8. Karaoke *Hoa Ưu Đàm Đã Nở*, Thơ: Thích Nữ Giới Hương, Nhạc: Nam Hưng, Album 8, năm 2015.

9. *Hương Sen Ca*, Thơ: Thích Nữ Giới Hương, Nhạc: Nam Hưng, Album 9, năm 2018.

10. *Về Chùa Vui Tu*, Thơ: Thích Nữ Giới Hương, Nhạc: Nguyên Hà & Nam Hưng, Album 10, năm 2018.

11. *Gọi Nắng Xuân Về*, Thơ: Thích Nữ Giới Hương, Nhạc: Nam Hưng, Album 11, năm 2020.

12. Đệ Tử Phật. Thơ: Thích Nữ Giới Hương, Nhạc: Uy Thi Ca & Giác An, Album 12, năm 2023.

13. *Hoa Pháp Cú*. Thơ: Thích Nữ Giới Hương, Nhạc: Nam Hưng, Album 13, năm 2024.

14. *Vu Lan B*áo Hiếu. Thơ: Thích Nữ Giới Hương, Nhạc: Uy Thi Ca, Album 14, năm 2024.

Mời xem: http://www.huongsentemple.com/index.php/ kinh-sach/tu-sach-bao-anh-lac

HỘI LUẬT GIA VIỆT NAM
NHÀ XUẤT BẢN HỒNG ĐỨC
65 Tràng Thi - Quận Hoàn Kiếm - Hà Nội
Email: nhaxuatbanhongduc65@gmail.com
Điện thoại: 024.39260024 Fax: 024.39260031

Đại Dịch CORONAVIRUS Trong Thế Kỷ XXI
Tác giả: Thích Nữ Giới Hương

Chịu trách nhiệm xuất bản
Giám đốc **PHẠM THỊ MAI**

Chịu trách nhiệm nội dung
Tổng Biên tập **LÝ BÁ TOÀN**

Biên tập: **Phan Thị Ngọc Minh**
Trình bày: **Vũ Đình Trọng**
Sửa bản in: **Vũ Đình Trọng**

Đối tác liên kết xuất bản: PHẠM THỊ NGỌC DUNG
120/2 đường Phạm Văn Sáng, ấp 2, xã Xuân Thới Thượng,
huyện Hóc Môn, TP.HCM

Số lượng in: 1.000 bản, Khổ: 15cm x 22cm
Tại Công ty TNHH SXTM DV in ấn Trâm Anh,
159/57 Bạch Đằng, P. 2, quận Tân Bình, TP.HCM
Số XNĐKXB: 341-2025/CXBIPH/2-17/HĐ, ngày 23/01/2025
Số QĐXB của NXB: 247/QĐ-NXBHĐ cấp ngày 5/3/2025
In xong và nộp lưu chiểu năm 2025
ISBN: 978-604-613-096-3

www.ingramcontent.com/pod-product-compliance
Lightning Source LLC
LaVergne TN
LVHW010916051026
849532LV00003B/716
* 9 7 8 6 0 4 6 1 3 0 9 6 3 *